TRANZLATY

El idioma es para todos

Tungumál er fyrir alla

La Transformación
(*La Metamorfosis*)
Umskiptin

Franz Kafka

Español
Íslenska

ISBN: 978-1-80572-154-3
Die Verwandlung
Franz Kafka, 1915

www.tranzlaty.com

Primera parte
Fyrsti hluti

Gregorio Samsa se despertó una mañana de un sueño intranquilo.
Gregor Samsa vaknaði einn morguninn eftir órólega drauma.
Se encontró en su cama, pero incapaz de moverse.
Hann fann sig í rúminu sínu en gat ekki hreyft sig.
Se había transformado en una alimaña monstruosa.
Hann hafði umbreyst í hræðilegt meindýr.
Estaba acostado boca arriba, sobre su espalda, que estaba dura como una armadura.
Hann lá á bakinu, sem var hart eins og brynja.
Levantando un poco la cabeza podía ver su barriga.
Með því að lyfta höfðinu örlítið gat hann séð magann á sér.
Pero su vientre estaba abovedado y dividido en segmentos.
En magi hans var hvolfdur og skiptur í hluta.
La manta descansaba encima de su vientre redondeado.
Teppið hvíldi ofan á kringlóttum maga hans.
Pero la manta estaba a punto de caerse por completo.
En teppið var nærri því að renna alveg niður.
Sus piernas eran lamentables comparadas con su tamaño habitual.
Fætur hans voru aumkunarverðir miðað við venjulega stærð þeirra.
Y sus muchas piernas se movían impotentes ante sus ojos.
Og hinir mörgu fætur hans titruðu hjálparvana fyrir augum hans.
"¿Qué me ha pasado?" pensó para sí.
„Hvað hefur komið fyrir mig?" hugsaði hann með sjálfum sér.
Pero no era un sueño del que no pudiera despertar.
En þetta var ekki draumur sem hann gat ekki vaknað af.
En realidad era su propia habitación la que él se encontraba.
Þetta var í raun hans eigið herbergi sem hann var í.
Un auténtico espacio para humanos, aunque un poco pequeño.
Alvöru herbergi fyrir menn, en bara aðeins of lítið.

Él yacía tranquilamente entre las cuatro paredes conocidas.
Hann lá kyrrlátur á milli fjögurra þekktra veggja.
Sobre la mesa había una colección de muestras textiles.
Á borðinu var safn af textílsýnum.
Samsa era un vendedor ambulante, de ahí las muestras.
Samsa var ferðasölumaður, þaðan koma sýnishornin.
Encima de las muestras textiles desmontadas había una imagen.
Fyrir ofan sundurtekin textílsýnin var mynd.
Recientemente había recortado la imagen de una revista.
Hann hafði nýlega klippt myndina út úr tímariti.
Había colocado el cuadro en un bonito marco dorado.
Hann hafði sett myndina í fallegan, gullhúðaðan ramma.
El cuadro enmarcado mostraba a una dama sentada erguida.
Innrammaða myndin sýndi konu sitjandi upprétta.
Llevaba un gorro de piel y tenía un manguito de piel.
Hún var með loðhúfu og loðmúffu.
Ella estaba levantando su mano hacia el espectador de la imagen.
Hún rétti upp höndina í átt að áhorfanda myndarinnar.
Todo su antebrazo desapareció dentro de su pesado manguito de piel.
Allur framhandleggur hennar hvarf í þungum loðmúffunni hennar.
Gregor miró por la ventana el clima gris.
Gregor horfði út um gluggann á leiðinlega veðrið.
Se podía oír fuertes gotas de lluvia golpeando la ventana.
Maður heyrði þunga regndropa lenda á glugganum.
El clima gris lo hacía sentir muy melancólico.
Grátt veður gerði hann mjög dapur.
"¿Qué tal si duermo un poco más?" pensó.
„Hvað með að ég sofi aðeins lengur?“ hugsaði hann.
"Dormir más podría ayudarme a olvidar estas tonterías".
„Meiri svefn gæti hjálpað mér að gleyma þessu rugli.“
Pero dormir más era completamente inviable.
En að sofa lengur var algjörlega ómögulegt.
Porque estaba acostumbrado a dormir sobre su lado derecho.

Því hann var vanur að sofa á hægri hliðinni.

Pero su estado actual le impedía realizar sus movimientos habituales.

En núverandi ástand hans kom í veg fyrir venjulegar hreyfingar hans.

No tenía forma de llegar a esa posición.

Hann hafði enga leið til að koma sér í þessa stöðu.

Intentó con todas sus fuerzas lanzarse hacia su lado derecho.

Hann reyndi sitt besta til að kasta sér á hægri hliðina.

Probablemente intentó este movimiento cientos de veces.

Hann reyndi þessa hreyfingu líklega hundrað sinnum.

Pero él siempre volvía a la posición supina.

En hann vaggaði sér alltaf aftur upp í baklegu stöðuna.

Cerró los ojos para no ver sus piernas inquietas.

Hann lokaði augunum til að sjá ekki ókyrrðar fætur hans.

Al final el dolor le impidió intentarlo de nuevo.

Að lokum komu verkirnir í veg fyrir að hann reyndi aftur.

Un dolor sordo en el costado que nunca había sentido antes.

Daufur verkur í síðunni sem hann hafði aldrei fundið fyrir áður.

«Oh Dios», pensó desesperado Gregorio Samsa.

„Ó, guð minn," hugsaði Gregor Samsa örvæntingarfullur með sjálfum sér.

¡Qué profesión tan agotadora he elegido para mí!

"Hvílíkt erfið starfsgrein sem ég hef valið mér!"

"Día tras día tengo que viajar por trabajo".

„Dag eftir dag þarf ég að ferðast um í vinnunni."

"El trabajo de oficina es mucho más fácil que trabajar fuera de casa".

„Skrifstofuvinna er miklu auðveldari en að vinna á veginum."

"Y tengo la maldición de tener que viajar."

„Og ég hef þá bölvun að þurfa að ferðast um."

"Todas las preocupaciones por llegar a tiempo a los trenes."

"Allar áhyggjurnar af því að vera á réttum tíma fyrir lestirnar."

"Mis horarios de comida son irregulares y la comida es mala".

„Matartímarnir mínir eru óreglulegir og maturinn er vondur."

"Mis amigos siempre están cambiando de ciudad en ciudad."
"Vinir mínir eru alltaf að skipta um bæ."
"Las interacciones que tengo son frías y profesionales".
„Samskipti mín eru köld og fagmannleg."
"¡Dejad que el Diablo se divierta con este tipo de trabajos!"
"Leyfðu djöflinum að skemmta sér með þess konar verki!"
Sintió un ligero picor en la parte superior del estómago.
Hann fann fyrir vægum kláða efst á maganum.
Se apoyó contra el poste de la cama, con la espalda.
Hann þrýsti sér upp að rúmstokknum, með bakinu.
Quería poder levantar mejor la cabeza.
Hann vildi geta lyft höfðinu betur.
Encontró el punto que le picaba y le molestaba.
Hann fann kláðablettinn sem var að angra hann.
Su cabeza parecía estar cubierta de pequeños puntos blancos.
Höfuð hans virtist vera þakið litlum hvítum punktum.
No podía decir qué eran esos pequeños puntos blancos.
Hvað þessir litlu hvítu punktar voru gat hann ekki sagt.
Había planeado tocar el lugar con una de sus piernas.
Hann hafði ætlað að snerta blettinn með öðrum fætinum.
Pero cuando tocó el lugar sintió un extraño escalofrío.
En þegar hann snerti blettinn fann hann undarlegan kulda.
Entonces inmediatamente retiró la pierna del lugar.
Svo dró hann strax fótinn frá staðnum.
No tuvo más remedio que aceptar la sensación de picazón.
Hann hafði ekkert annað val en að sætta sig við
kláðatilfinninguna.
Y volvió a su posición anterior en la cama.
Og hann fór aftur í fyrri stellingu sína í rúminu.
"Despertarse tan temprano realmente te vuelve bastante estúpido".
„Að vakna svona snemma gerir mann alveg heimskulegan."
"Un hombre debe dormir lo suficiente", pensó.
„Maður verður að sofa nægilega vel," hugsaði hann með
sjálfum sér.
"Los demás vendedores ambulantes viven una vida de lujo."

„Hinir ferðasölumennirnir lifa í lúxus.“
"Por la mañana transfiero los pedidos que he recibido."
"Að morgni flyt ég pantanirnar sem ég hef fengið."
"Mientras tanto esos señores todavía están desayunando."
"Á meðan eru þessir herrar enn að borða morgunmat."
"Imagínese si intentara hacer eso con mi jefe".
„Hugsaðu þér bara ef ég reyndi að gera þetta við yfirmanninn minn.“
"Me despediría antes de terminar mi desayuno."
„Hann myndi reka mig áður en ég væri búinn með morgunmatinn.“
"Pero quizá eso tampoco sería lo peor."
„En kannski væri það heldur ekki það versta.“
"El problema es que mis padres me están frenando".
„Vandamálið er að foreldrar mínir halda mér til baka.“
"Si no fuera por ellos ya habría dimitido."
„Ef það hefði ekki verið fyrir þá hefði ég þegar sagt upp störfum.“
"Me habría enfrentado al jefe y se lo habría dicho".
„Ég hefði staðið upp við yfirmanninn og sagt honum frá þessu.“
"Diría exactamente lo que pienso de él y del trabajo".
„Ég myndi segja nákvæmlega hvað mér finnst um hann og starfið.“
"¡Se caería del escritorio si le contara todo!"
"Hann myndi detta af skrifborðinu sínu ef ég segði honum allt!"
"Es muy extraña la forma en que se sienta en su escritorio".
„Það er mjög skrýtið hvernig hann situr við skrifborðið sitt.“
"La forma en que habla con sus subordinados no es correcta".
„Það er ekki rétt hvernig hann talar við undirmenn sína.“
"Y lo peor es que su audición es muy pobre".
„Og það versta er að heyrn hans er svo léleg.“
"Así que no te queda otra opción que sentarte muy cerca de él."

„Þannig að þú hefur ekkert annað val en að sitja mjög nálægt honum."

Pero dicho todo esto, la esperanza no está completamente perdida todavía.

„En þrátt fyrir það er vonin ekki alveg úti enn."

"Ahorraré el dinero para pagar la deuda de mis padres".

„Ég ætla að spara peningana til að greiða niður skuldir foreldra minna."

"No puedo hacer nada mientras todavía le deban dinero".

„Ég get ekkert gert á meðan þau skulda honum enn peninga."

"Pero cuando la deuda esté pagada definitivamente lo haré."

„En þegar skuldin er greidd mun ég örugglega gera það."

"Probablemente tomará otros cinco o seis años."

„Það tekur líklega fimm til sex ár í viðbót."

"Sí, entonces definitivamente se hará la gran separación".

„Já, þá verður stóri aðskilnaðurinn örugglega gerður."

"Por el momento, sin embargo, debo levantarme de la cama."

„En í bili verð ég að fara fram úr rúminu."

"Porque mi tren sale a las cinco en punto."

„Því lestin mín fer klukkan fimm."

Gregor miró el despertador que sonaba sobre la mesa.

Gregor horfði á vekjaraklukkuna sem tíkkaði á borðinu.

"¡Padre Celestial!" pensó al ver la hora.

„Himneski faðir!" hugsaði hann er hann sá tímann.

Las seis y media ya habían pasado silenciosamente.

Hálfsjö var þegar hljóðlega liðið og farið.

Y las manecillas del reloj seguían avanzando.

Og vísar klukkunnar héldu áfram að færa sig áfram.

Y ahora se acercaba la cuarta hora menos cuarto.

Og nú var klukkan að nálgast korter í sjö.

"¿Quizás la alarma no sonó para despertarme?", pensó.

„Kannski hringdi vekjaraklukkan ekki til að vekja mig?" hugsaði hann.

Desde la cama Gregor inspeccionó el despertador.

Frá rúminu sínu skoðaði Gregor vekjaraklukkuna.

El despertador estaba programado exactamente para las cuatro.

Vekjaraklukkan var rétt stillt á klukkan fjögur.

No podía explicarlo, pero la alarma debió haber sonado.

Hann gat ekki útskýrt það, en viðvörunarkerfið hlýtur að hafa hringt.

"¿Cómo pude dormirme a pesar de la alarma sin darme cuenta?"

"Hvernig gat ég sofið í gegnum vekjaraklukkuna án þess að vita af henni?"

Cuando suena la alarma incluso sacude los muebles.

Þegar vekjaraklukkan hringir hristir hún jafnvel húsgögnin.

Sabía que su sueño no había sido para nada tranquilo.

Hann vissi að svefn hans hafði alls ekki verið friðsæll.

Pero quizá por eso su sueño era mucho más profundo.

En kannski var það ástæðan fyrir því að hann svaf miklu dýpra.

Tenía que pensar qué debía hacer ahora.

Hann þurfti að hugsa um hvað hann ætti að gera núna.

El siguiente tren no salía hasta las siete.

Næsta lest fór ekki fyrr en klukkan sjö.

Coger ese tren sería casi imposible.

Það væri næstum ómögulegt að ná þeirri lest.

Y aún no había empacado los textiles que necesitaba.

Og hann hafði ekki enn pakkað þeim textílvörum sem hann þurfti.

Tampoco se sentía especialmente fresco y ágil.

Hann fannst hann heldur ekki sérstaklega ferskur og lipur.

Quizás había una posibilidad de subir al tren.

Kannski var möguleiki á að komast um borð í lestina.

Pero de todas formas, un regaño por parte del jefe era inevitable.

En skammar frá yfirmanninum voru óhjákvæmilegar hvort sem var.

El empleado habría subido al tren de las cinco.

Afgreiðslumaðurinn hefði farið um borð í lestina klukkan fimm.

El oficinista era una criatura sin carácter del jefe.

Skrifstofustarfsmaðurinn var hrygglaus skepna yfirmannsins.

Así que la ausencia de Gregor ya habría sido informada.

Þannig að fjarvera Gregors hefði þegar verið tilkynnt.

"¿Qué pasa si llamo para avisar que estoy enfermo?" Gregor estaba pensando.

„Hvað ef ég tilkynni mig veikan?" hugsaði Gregor.

Pero eso sería extremadamente embarazoso y sospechoso.

En það væri afar vandræðalegt og grunsamlegt.

Gregor nunca había estado enfermo durante el tiempo que trabajó allí.

Gregor hafði aldrei verið veikur þann tíma sem hann vann þar.

Y ya les había dado cinco años de servicio.

Og hann hafði þegar veitt þeim fimm ára þjónustu.

Lo más probable era que el jefe viniera a ver cómo estaba.

Líklega myndi yfirmaðurinn koma til að athuga með hann.

Probablemente traería al médico del seguro médico.

Hann myndi líklega koma með sjúkratryggingalækninn.

Y culparía a los padres por la pereza de su hijo.

Og hann myndi kenna foreldrunum um lata son sinn.

No podrían hacerle ninguna objeción.

Þeir hefðu ekki getað mótmælt honum neitt.

Porque para él sólo había dos clases de trabajadores.

Því að fyrir hann voru aðeins til tvenns konar verkamenn.

O bien los trabajadores estaban completamente sanos o bien eran reacios al trabajo.

Annað hvort voru verkamennirnir fullkomlega heilbrigðir eða vinnufeimnir.

¿Y estaría equivocado en ese análisis básico?

Og hefði hann jafnvel haft rangt fyrir sér í þeirri grundvallargreiningu?

Ciertamente, en este caso tenía un argumento sólido.

Vissulega hafði hann sterk rök í þessu tilfelli.

A pesar de su apariencia, Gregor en realidad se sentía bastante bien.

Þrátt fyrir útlit sitt leið Gregor reyndar nokkuð vel.

El sueño innecesariamente largo lo dejó un poco somnoliento.

Óþarfa langur svefn gerði hann dálítið syfjaðan.

Pero aparte de eso no podía quejarse de enfermedad.

En fyrir utan það gat hann ekki kvartað undan veikindum.

Incluso sintió un hambre especialmente fuerte y saludable.

Hann fann meira að segja fyrir sérstaklega sterkri og hollri hungri.

Mientras pensaba estos pensamientos el reloj volvió a sonar.

Meðan hann hugsaði þessar hugsanir sló klukkan aftur.

Según la alarma eran ya las siete menos cuarto.

Samkvæmt vekjaraklukkunni var klukkan nú korter í sjö.

Y ahora también se oyó un suave golpe en la puerta.

Og nú var líka bankað varlega á dyrnar.

—Gregor —lo llamó alguien. Era la madre.

„Gregor," kallaði einhver til hans – það var móðirin.

"Son las siete menos cuarto", confirmó la alarma.

„Klukkan er korter í sjö," staðfesti hún vekjaraklukkuna.

¿No querías irte?, preguntó la suave voz.

„Viltu ekki fara?" spurði blíð röddin.

Gregor se asustó cuando oyó su voz respondiendo.

Gregor varð hræddur þegar hann heyrði rödd hans svara.

La voz seguía siendo la voz que siempre tuvo.

Röddin var enn sú rödd sem hann hafði alltaf haft.

Pero ahora había un nuevo sonido mezclado en su voz.

En nú var nýtt hljóð blandað inn í rödd hans.

Desde lo más profundo de él también salió un doloroso chillido.

Djúpt inni í honum heyrðist líka sársaukafullt píp.

Al principio su voz parecía formar palabras con claridad.

Í fyrstu virtist rödd hans mynda orð með skýrum hætti.

Pero entonces Gregor escuchó el eco mental de su voz.

En þá heyrði Gregor andlegan bergmál af rödd hans.

La grabación de su voz se interrumpió de una manera extraña.

Upptakan af rödd hans bilaði á undarlegan hátt.

Y no estaba seguro de si había escuchado las cosas correctamente.

Og hann var ekki viss um hvort hann hefði heyrt rétt.

Gregor sintió un profundo deseo de dar una respuesta detallada.

Gregor fann djúpa löngun til að gefa ítarlegt svar.

Quería explicarle todo claramente a su madre.

Hann vildi útskýra allt skýrt fyrir mömmu sinni.

Pero, dadas las circunstancias, tuvo que limitarse.

En miðað við aðstæður þurfti hann að takmarka sig.

Y respondió mucho más breve de lo que le hubiera gustado.

Og hann svaraði miklu styttra en hann hefði viljað.

-Sí madre, no te preocupes, gracias, ya estoy levantado.

„Já mamma, ekki hafa áhyggjur, takk fyrir, ég er þegar vakandi."

La puerta de madera probablemente ayudó a amortiguar su voz.

Tréhurðin hjálpaði líklega til við að kæfa rödd hans.

Desde fuera el cambio en la voz de Gregor pasó desapercibido.

Fyrir utan varð ekki eftir neinum breytingum á rödd Gregors.

La madre pareció estar satisfecha con su explicación.

Móðirin virtist ánægð með útskýringu hans.

Y ella se fue de nuevo tan silenciosamente como había llegado.

Og hún fór aftur, alveg eins hljóðlega og hún hafði komið.

Pero la pequeña conversación tuvo un efecto no deseado.

En þetta litla samtal hafði óæskileg áhrif.

Llamó la atención de los demás miembros de la familia.

Hann vakti athygli annarra fjölskyldumeðlima.

Gregor todavía estaba en casa y no había ido a trabajar.

Gregor var enn heima og hafði ekki farið til vinnu.

Y ahora el padre también llamó a la puerta lateral.

Og nú bankaði faðirinn einnig upp á hliðardyrnar.

Golpeó débilmente, pero decidido, con el puño.

Hann bankaði máttlaust, en ákveðinn, með hnefanum.

—Gregor, Gregor —gritó—, ¿cuál es el problema?

„Gregor, Gregor," kallaði hann, „hvað er að?"

Al cabo de un rato volvió a advertir con voz más grave.

Eftir smá stund varaði hann aftur við með dýpri röddu.

Pero ahora la hermana llamó a la puerta del otro lado.

En á hinum megin við dyrnar bankaði systirin nú.

"¿Gregor? ¿No te encuentras bien?", preguntó en voz baja.

„Gregor? Líður þér ekki vel?" spurði hún lágt.

"¿Necesitas algo?" preguntó preocupada.

„Er eitthvað sem þú þarft?" spurði hún áhyggjufull.

Gregor respondió a ambas partes: "Ya he terminado".

Gregor svaraði báðum aðilum: „Ég er búinn."

Había hecho todo lo posible para pronunciar todas las palabras con cuidado.

Hann hafði gert sitt besta til að bera öll orðin vandlega fram.

Y eliminó todo lo que era llamativo en su voz.

Og hann fjarlægði allt áberandi í rödd sinni.

El padre también parecía satisfecho con la respuesta.

Faðirinn virtist líka ánægður með svarið.

Y regresó a su desayuno inacabado.

Og hann sneri aftur til ókláraðs morgunverðar síns.

Pero la hermana susurró: "Gregor, ábreme, te lo ruego".

En systirin hvíslaði: „Gregor, opnaðu, ég bið þig."

Pero su preocupación por él no podía conmoverlo de ninguna manera.

En umhyggja hennar fyrir honum gat ekki hrært hann á nokkurn hátt.

Gregor no tenía intención de abrirle la puerta.

Gregor hafði engan áhuga á að opna dyrnar fyrir henni.

Había adquirido algunos hábitos de cautela al viajar.

Hann hafði tileinkað sér nokkra varkárnisvenjur af ferðalögum.

Y se alababa a sí mismo por haber cerrado las puertas.

Og hann hrósaði sjálfum sér fyrir að hafa læst dyrunum.

Primero quiso levantarse tranquilamente y a su propio ritmo.

Fyrst vildi hann vakna rólega á sínum tíma.

Y sin que nadie le molestara quiso vestirse.

Og án þess að láta trufla sig vildi hann klæða sig.

Una vez logrado esto, quiso entonces desayunar.

Þegar því var lokið langaði hann svo að fá sér morgunmat.

Sólo entonces quiso reflexionar más sobre la situación.
Þá fyrst vildi hann íhuga stöðuna nánar.
Sabía que no tenía sentido hacer planes en la cama.
Hann vissi að það var engin ástæða til að gera áætlanir í rúminu.
Sería imposible llegar a una conclusión sensata.
Það væri ómögulegt að komast að skynsamlegri niðurstöðu.
Había habido otras ocasiones en las que se despertó con dolores leves.
Það höfðu verið önnur skipti sem hann vaknaði með væga verki.
Estos dolores siempre resultaban ser pura imaginación.
Þessir verkir reyndust alltaf vera hrein ímyndun.
Al levantarme de la cama el dolor invariablemente desaparecía.
Þegar farið var fram úr rúminu hvarf sársaukinn alltaf.
Tenía curiosidad por ver qué pasaría con esas ideas.
Hann var forvitinn að sjá hvað yrði úr þessum hugmyndum.
El cambio en su voz probablemente se debió sólo a un resfriado.
Breytingin á rödd hans var líklega bara vegna kvefs.
Los resfriados son simplemente un riesgo laboral para los viajeros.
Kvef er bara atvinnuhætta fyrir ferðalanga.
No tenía ninguna duda de que ésa era la explicación lógica.
Hann efaðist ekki um að þetta væri rökrétta skýringin.
Logró quitarse la manta de encima con facilidad.
Það var auðvelt að ná teppinu af sér.
Lo único que tenía que hacer era inhalar e inflarse.
Hann þurfti bara að anda að sér og blása upp í sig loftið.
La manta se deslizó de su cuerpo y cayó al suelo.
Teppið rann af líkama hans og niður á gólfið.
Su cuerpo increíblemente ancho dificultaba otras cosas.
Ótrúlega breiður líkami hans gerði annað erfitt.
Habría necesitado brazos y manos para ponerse de pie.
Hann hefði þurft handleggi og hendur til að standa upp.
Pero ya no tenía las extremidades que solía tener.

En hann hafði ekki þá útlimi sem hann hafði áður.
En lugar de brazos y manos tenía muchas piernas pequeñas.
Í stað handleggja og handa hafði hann fullt af litlum fótleggjum.
Y sus piernas se movían constantemente, sin su control.
Og fætur hans hreyfðust stöðugt, án þess að hann hefði stjórn á þeim.
Intentó doblar una pierna, pero en lugar de eso se estiró.
Hann reyndi að beygja annan fótinn en í staðinn teygðist hann.
Finalmente logró controlar una pierna.
Loksins tókst honum að ná stjórn á öðrum fætinum.
Pero luego se liberó el movimiento de las otras piernas.
En þá losnaði hreyfingin á hinum fótunum.
Y todas sus piernas se crisparon de extrema excitación.
Og allir fætur hans kipptust til af mikilli spenningi.
Primero quería sacar la parte inferior de su cuerpo de la cama.
Fyrst vildi hann ná neðri hluta líkamans úr rúminu.
Pero en realidad aún no había visto la parte inferior de su cuerpo.
En hann hafði í raun ekki séð neðri hluta líkamans ennþá.
Y, de todas formas, resultó demasiado difícil mover esta pieza.
Og það reyndist of erfitt að færa þennan hluta hvort eð er.
Finalmente, con todas sus fuerzas, realizó un movimiento salvaje.
Loksins, með öllum sínum kröftum, gerði hann eina villta hreyfingu.
Sin más vacilación, avanzó.
Án frekari hikunar færði hann sig áfram.
Pero había elegido la dirección equivocada.
En hann hafði valið ranga átt að fara í.
Golpeó violentamente su cuerpo contra el poste inferior de la cama.
Hann sló líkama sínum harkalega á neðri rúmstokkinn.
El dolor ardiente que sintió le enseñó una valiosa lección.

Brennandi sársaukinn sem hann fann kenndi honum dýrmætan lexíu.

La parte inferior de su cuerpo era quizás más sensible.

Neðri hluti líkamans var kannski viðkvæmari.

Entonces intentó sacar primero la parte superior del cuerpo de la cama.

Svo reyndi hann að ná efri hluta líkamans upp úr rúminu fyrst.

Giró cuidadosamente la cabeza en la dirección correcta.

Hann sneri höfðinu varlega í rétta átt.

Y pronto su cabeza estaba mirando hacia el borde de la cama.

Og brátt var höfuð hans að snúa að brún rúmsins.

Este movimiento cauteloso en realidad fue fácil para él.

Þessi varfærna hreyfing var í raun auðveld fyrir hann.

Y su anchura y peso no detuvieron su movimiento.

Og breidd hans og þyngd stöðvaði ekki hreyfingu hans.

La masa de su cuerpo siguió lentamente el giro de la cabeza.

Líkamsþyngd hans fylgdi hægt og rólega snúningi höfuðsins.

Pero luego sostuvo su cabeza sobre el borde de la cama.

En þá hélt hann höfðinu fram hjá rúmbrúninni.

Y se enfrentó a un nuevo miedo en el que aún no había pensado.

Og hann stóð frammi fyrir nýjum ótta sem hann hafði ekki hugsað um áður.

Avanzar más por este camino podría ser peligroso.

Að halda áfram á þennan hátt gæti verið hættulegt.

Había pensado que simplemente se dejaría caer.

Hann hafði haldið að hann ætlaði bara að láta sig detta.

Pero sería un milagro si no se lesionara la cabeza.

En það væri kraftaverk ef hann meiddi sig ekki á höfðinu.

Ahora no era el momento de arriesgarse a perder el conocimiento.

Nú var ekki rétti tíminn til að hætta á að missa meðvitund.

Quizás sería mejor quedarse en la cama después de todo.

Kannski væri betra að vera áfram í rúminu eftir allt saman.

Pero luego tuvo que hacer el mismo esfuerzo para regresar.

En þá þurfti hann að gera sömu tilraun til að komast til baka.

Después de todo ese esfuerzo él estaba tendido allí igual que antes.

Eftir alla þessa fyrirhöfn lá hann þarna alveg eins og áður.

Y ahora sus piernas parecían incluso más enojadas que antes.

Og nú virtust fætur hans enn reiðari en þeir höfðu verið.

Los movimientos de sus piernas se habían vuelto aún más incontrolables.

Hreyfingar fótleggja hans voru orðnar enn óstjórnlegri.

No veía manera de salir de la situación en la que se encontraba.

Hann sá enga leið til að komast út úr þeirri stöðu sem hann var í.

De este caos no fue posible sacar la paz ni el orden.

Friður og regla gat ekki komið á úr þessu ringulreið.

Pero sabía que quedarse en la cama tampoco era una opción.

En hann vissi að það væri ekki heldur möguleiki að vera áfram í rúminu.

Sacrificarlo todo era la opción más sensata.

Að fórna öllu var skynsamlegasta kosturinn.

Se aferró a la más mínima esperanza de levantarse de la cama.

Hann hélt í minnstu von um að komast fram úr rúminu.

Si lo hubiera conseguido, todo riesgo habría valido la pena.

Ef honum hefði tekist þetta, þá hefði öll áhætta verið þess virði.

Pero al mismo tiempo también recordó algo más.

En hann minntist líka á annað á sama tíma.

"Mejores que decisiones desesperadas son reflexiones tranquilas."

"Betri en örvæntingarfullar ákvarðanir eru róleg hugleiðing."

Con todo su esfuerzo centró su mirada en la ventana.

Með allri sinni fyrirhöfn einbeitti hann sér að glugganum.

Pero lo que vio le trajo poca confianza y alegría.

En það sem hann sá veitti honum lítið sjálfstraust og gleði.

La niebla de la mañana cubría toda la estrecha calle.

Morgunþokan huldi alla þröngu götuna.

El despertador volvió a sonar; ahora eran las siete.
Vekjaraklukkan hringdi aftur; nú var klukkan sjö.
"Ya son las siete y todavía hay mucha niebla."
„Klukkan er orðin sjö og það er ennþá svo mikil þoka.“
Durante un rato permaneció en silencio, respirando débilmente.
Um stund lá hann kyrr og andaði aðeins veiklega.
Quizás un poco de quietud traería algo de normalidad.
Kannski myndi smá kyrrð skapa einhverja eðlilega stöðu.
Un silencio absoluto podría provocar las condiciones reales.
Algjör þögn gæti leitt til raunverulegra aðstæðna.
Pero antes de que el reloj volviera a sonar, rompió el silencio.
En áður en klukkan sló aftur rauf hann þögnina.
"Antes de que el reloj vuelva a sonar, debo levantarme de la cama."
„Áður en klukkan slær aftur verð ég að fara úr rúminu.“
"Para entonces tengo que estar totalmente fuera de la cama."
„Ég hlýt alveg að vera kominn úr rúminu þá.“
"Después de las siete y cuarto la oficina enviará a alguien."
„Eftir korter yfir átta mun skrifstofan senda einhvern.“
"Porque la oficina abrió antes de las siete."
„Vegna þess að skrifstofan opnaði fyrir klukkan sjö.“
Y ahora empezó a balancear su cuerpo fuera de la cama.
Og nú fór hann að vagga líkama sínum upp úr rúminu.
Había abandonado el centrarse en la parte superior o inferior de su cuerpo.
Hann hafði hætt að einbeita sér að efri eða neðri hluta líkamans.
Todo el largo de su cuerpo tuvo que salir de la cama.
Allur líkami hans þurfti að fara úr rúminu.
Caer de esa manera debería proteger su cabeza, pensó.
Að detta svona ætti að vernda höfuðið á honum, hugsaði hann.
Había planeado levantar la cabeza cuando cayera al suelo.
Hann hafði ætlað að lyfta höfðinu þegar hann lenti á jörðinni.

La parte posterior de su cuerpo parecía lo suficientemente dura para el impacto.

Bakhlið líkama hans virtist nógu hörð fyrir höggið.

Y la alfombra estaba allí para suavizar el aterrizaje.

Og teppið var þarna til að mýkja lendinguna.

Sin embargo, su mayor preocupación era el fuerte ruido.

Mesta áhyggjuefni hans var þó hávaðinn.

El ruido estrepitoso asustaría a todos en la casa.

Hljóðið af hruni myndi hræða alla í húsinu.

Quizás no les daría miedo el ruido fuerte.

Kannski yrðu þeir ekki hræddir við hávaða.

Pero seguramente se preocuparían si oyeran eso.

En þau myndu örugglega hafa áhyggjur ef þau heyrðu það.

Pero había que correr el riesgo de llamar la atención.

En það varð að taka áhættuna á að vekja athygli.

El nuevo método era más un juego que un esfuerzo.

Nýja aðferðin var frekar leikur en fyrirhöfn.

Tuvo que balancear su cuerpo con movimientos bruscos y espasmódicos.

Hann þurfti að vagga líkama sínum í skyndilegum og rykkjóttum hreyfingum.

Gregor ya estaba medio levantado de la cama.

Gregor var þegar kominn hálfa leið úr rúminu.

Ahora se le ocurrió una idea nueva.

Nú var ný hugsun sem honum datt í hug.

"Todo sería tan fácil si alguien viniera en mi ayuda."

„Þetta væri allt svo auðvelt ef einhver kæmi mér til hjálpar.“

"Dos personas fuertes serían suficientes."

"Tveir sterkir menn væru alveg nóg."

Su padre y la criada serían lo suficientemente fuertes.

Faðir hans og vinnukonan væru nógu sterk.

Sólo tendrían que deslizar los brazos bajo su espalda.

Þau þyrftu bara að renna höndunum undir bakið á honum.

Y luego pudieron sacarlo fácilmente de la cama.

Og þá gætu þeir auðveldlega pillt hann úr rúminu.

Quizás habrían tenido que bajarle el peso poco a poco.

Kannski hefðu þeir þurft að lækka þyngd hans hægt og rólega.

Ojalá entonces las piernas hubieran encontrado su propósito.

Vonandi hefðu fæturnir þá fundið tilgang sinn.

¿No sería mejor después de todo pedir ayuda?

„Væri ekki betra að kalla eftir hjálp eftir allt saman?"

El problema, por supuesto, era que había cerrado las puertas.

Vandamálið var auðvitað að hann hafði læst dyrunum.

Había algo en ese pensamiento que le hacía cosquillas.

Það var eitthvað við hugsunina sem kitlaði hann.

Y a pesar de sus dificultades, no pudo evitar esbozar una sonrisa.

Og þrátt fyrir erfiðleikana gat hann ekki haldið brosinu niðri.

Ya estaba cerca de perder el equilibrio.

Hann var nú þegar kominn nærri því að missa jafnvægið.

Cada movimiento lo acercaba más a caerse de la cama.

Hver sveifla færði hann nær því að detta af rúminu.

Pronto tendría que tomar la decisión final.

Fljótlega yrði hann að taka lokaákvörðunina.

En cinco minutos serían las siete y cuarto.

Eftir fimm mínútur yrði klukkan korter yfir sjö.

Mientras pensaba estos pensamientos, sonó el timbre.

Meðan hann hugsaði þessar hugsanir hringdi dyrabjallan.

"Es alguien de la oficina", se dijo.

„Þetta er einhver frá skrifstofunni," sagði hann við sjálfan sig.

Y casi se quedó paralizado de miedo ante la visita.

Og hann fraus næstum af ótta vegna gestsins.

Sus piernas bailaron aún más salvajemente que antes.

Fætur hans dönsuðu enn villtara en áður.

Pero luego, por un momento, todo quedó en silencio.

En svo, um stund, var allt hljótt.

"No abrirán la puerta", se dijo Gregor.

„Þeir vilja ekki opna dyrnar," sagði Gregor við sjálfan sig.

Todavía estaba atrapado en una esperanza sin sentido.

Hann var enn fastur í einhverri tilgangslausri von.

Pero luego, por supuesto, la criada se dirigió a la puerta.

En þá gekk vinnukonan auðvitað að dyrunum.

Y como siempre, le abrió la puerta al visitante.

Og eins og alltaf opnaði hún dyrnar fyrir gestinum.

A Gregor le bastó con oír el primer saludo del visitante.

Gregor þurfti aðeins að heyra fyrstu kveðju gestsins.

Pudo saber inmediatamente quién había venido a buscarlo.

Hann gat strax séð hverjir voru komnir til að sækja hann.

El propio jefe de oficina había venido a ver cómo estaba Samsa.

Aðalskrifarinn sjálfur var kominn til að athuga með Samsu.

¿Por qué Gregor fue el único condenado a este destino?

Hvers vegna var Gregor sá eini sem var dæmdur til þessarar örlaga?

¿Por qué sólo él tuvo que servir en tal organización?

Hvers vegna þurfti aðeins hann að þjóna í slíkri stofnun?

El más mínimo descuido despertaba inmediatamente sospechas.

Minnsta mistök vöktu strax grunsemdir.

¿Todos los empleados que trabajaban allí eran unos sinvergüenzas?

Voru allir starfsmennirnir sem unnu þar svindlarar?

¿No había entre ellos ninguna persona fiel y devota?

Var enginn trúr og hollur maður á meðal þeirra?

¿No podrían haber enviado simplemente un aprendiz?

Hefðu þeir ekki bara getað sent lærling?

¿Era realmente necesario todo este cuestionamiento?

Var öll þessi spurningavinna virkilega nauðsynleg?

¿El representante autorizado tenía que venir personalmente?

Þurfti umboðsmaðurinn að koma sjálfur?

¿Había que informar a toda la familia inocente?

Þurfti að láta alla saklausu fjölskylduna vita?

Todas estas consideraciones impulsaron a Gregor a actuar.

Allar þessar athugasemdir fengu Gregor til að framkvæma.

Se levantó de la cama con todas sus fuerzas.

Hann sveiflaði sér úr rúminu af öllum kröftum.

Se escuchó un fuerte estallido, pero no era realmente un ruido.

Það heyrðist hátt smellur, en það var ekki raunverulegt hávaðamál.

La caída había sido ligeramente suavizada por la alfombra.
Teppið hafði mildað fallið örlítið.
Su espalda era más elástica de lo que Gregor había pensado.
Bak hans var teygjanlegra en Gregor hafði haldið.
Así que el sonido era más apagado y no tan perceptible.
Þannig að hljóðið var daufara og ekki eins áberandi.
Pero no había cuidado su cabeza durante la caída.
En hann hafði ekki gætt að höfðinu á sér við fallið.
Y cuando golpeó el suelo también se golpeó la cabeza.
Og þegar hann lenti á jörðinni lenti hann líka í höfðinu.
Se frotó la cabeza contra la alfombra con rabia y dolor.
Hann nuddaði höfðinu á teppinu í reiði og sársauka.
Pero el gerente de la habitación de al lado escuchó el ruido.
En framkvæmdastjórinn í herberginu við hliðina heyrði
hávaðann.
"Algo cayó allí", observó correctamente.
„Eitthvað datt þarna ofan í,“ sagði hann réttilega.
Gregor intentó imaginarse al gerente en su situación.
Gregor reyndi að ímynda sér framkvæmdastjórann í sinni
stöðu.
"¿Podría pasarle lo mismo a él?" se preguntó.
„Gæti það sama gerst honum?“ velti hann fyrir sér.
Aceptó que este extraño acontecimiento pudiera ser posible.
Hann viðurkenndi að þessi undarlegi atburður gæti verið
mögulegur.
**Y entonces el jefe de oficina dio unos pasos hacia la
habitación.**
Og þá gekk yfirskrifarinn nokkur skref inn í herbergið.
Fue casi una respuesta burda a la pregunta que hizo.
Þetta var næstum því gróft svar við spurningunni sem hann
spurði.
Sus botas de cuero crujieron cuando se acercó a la puerta.
Leðurstígvélin hans knirruðu þegar hann nálgaðist dyrnar.
Desde la habitación de su derecha su criada le susurró:
Úr herberginu hægra megin við hann hvíslaði vinnukona hans
að honum.
Gregor, el representante autorizado está aquí.

"Gregor, viðurkenndi fulltrúinn er hér."
—Lo sé —dijo Gregor, pero sólo en voz baja, para sí mismo.
„Ég veit það," sagði Gregor, en aðeins rólega við sjálfan sig.
No se atrevió a levantar la voz por encima de un susurro.
Hann þorði ekki að hækka röddina meira en hvísl.
Porque Gregor no quería que su hermana lo oyera.
Vegna þess að Gregor vildi ekki að systir hans heyrði hann.
—Gregor —dijo el padre desde la habitación de la izquierda.
„Gregor," sagði faðirinn úr herberginu vinstra megin.
"El gerente ha venido a comprobar cuál es el problema".
„Stjórnandinn er kominn til að athuga hvað vandamálið er."
"Él te preguntó por qué no saliste en el tren temprano."
„Hann spurði hvers vegna þú fórst ekki með lestinni snemma."
"No sabemos qué decirle", dijo el padre.
„Við vitum ekki hvað við eigum að segja við hann," sagði faðirinn.
"Por cierto, también quiere hablar contigo personalmente."
„Að auki vill hann líka tala við þig persónulega."
"Por favor, abre la puerta para que pueda hablar contigo."
„Vinsamlegast opnaðu dyrnar, svo að hann geti talað við þig."
"Tendrá la amabilidad de disculpar el desorden en la habitación".
„Hann verður svo vinsamlegur að afsaka óreiðuna í herberginu."
"Buenos días, señor Samsa", le saludó el gerente.
„Góðan daginn, herra Samsa," kallaði framkvæmdastjórinn til hans.
Y ciertamente le habló de manera amistosa.
Og hann talaði svo sannarlega vingjarnlega við hann.
"No está bien", le dijo la madre al gerente.
„Hann er ekki hraustur," sagði móðirin við yfirmanninn.
"No se encuentra bien en absoluto, créame, querido gerente."
„Hann er alls ekki hraustur, trúðu mér, kæri framkvæmdastjóri."
¿Por qué si no, Gregor perdería el tren de la mañana?
"Hvers vegna skyldi Gregor annars missa af morgunlestinni?"

"El chico no tiene nada en la cabeza excepto el negocio."

„Drengurinn hefur ekkert annað í huga en viðskiptin.“

"Casi me molesta que no haga nada más".

„Það pirrar mig næstum því að hann gerir ekkert annað.“

"Me gustaría que saliera por las noches a tomar aire fresco".

„Ég vildi óska að hann færi út á kvöldin til að fá sér ferskt loft.“

"Estuvo en la ciudad ocho días por negocios."

„Hann var í borginni í átta daga í viðskiptaerindum.“

"Pero él estaba en casa todas esas noches"

„En svo var hann heima öll þessi kvöld“

"Se sienta en nuestra mesa y lee el periódico".

„Hann situr við borðið okkar og les dagblöðin.“

"En otras ocasiones, estudia los horarios de los trenes."

„Öðru hvoru rannsakar hann tímatöflur lestanna.“

"A veces se mantiene ocupado con la carpintería".

„Stundum heldur hann sér uppteknum við trésmíði.“

"Por ejemplo, talló un pequeño marco de madera para cuadros".

„Til dæmis skar hann út lítinn myndaramma úr tré.“

"Estuvo ocupado con la sierra durante dos o tres tardes".

„Hann var upptekinn við söguna í tvö eða þrjú kvöld.“

"Te sorprenderá lo bonito que es el marco de fotos".

„Þú munt undrast hversu fallegur myndaramminn er.“

"Ha colgado el marco de fotos en su habitación."

„Hann hefur hengt myndaramma upp í herberginu sínu.“

"Cuando abra la puerta veréis su carpintería."

„Þegar hann opnar dyrnar munt þú sjá tréverkið hans.“

"Por cierto, me alegro de que esté aquí, señor Prokurist".

„Með því sagt, ég er ánægður að þú sért hér, herra Prokurist.“

"Solos no habríamos podido lograr que Gregor abriera la puerta."

"Við hefðum ekki getað fengið Gregor til að opna dyrnar einir."

"Es muy terco", le confesó su madre al empleado.

„Hann er svo þrjóskur,“ játaði móðir hans fyrir afgreiðslumanninum.

"Ciertamente está enfermo, aunque antes lo negó".

„Hann er vissulega veikur, þótt hann hafi neitað því áður.“

"Estaré allí enseguida", dijo Gregor lentamente y con cuidado.

„Ég kem strax,“ sagði Gregor hægt og varlega.

Pero no hizo ningún movimiento hacia la puerta de la habitación.

En hann hreyfði sig ekki í átt að dyrum herbergisins.

No quería perderse ni una palabra de la conversación.

Hann vildi ekki missa eitt einasta orð úr samtalinu.

El secretario jefe estuvo de acuerdo con la evaluación de la madre.

Yfirritarinn var sammála mati móðurinnar.

-Tampoco puedo explicarlo de otra manera, señora.

„Ég get ekki útskýrt þetta öðruvísi heldur, frú.“

"Esperemos que no tenga ninguna enfermedad grave", dijo.

„Vonandi veikist hann ekki alvarlega,“ sagði hann.

"Por otro lado, es un peligro en nuestra industria".

„Á hinn bóginn er þetta hætta í okkar atvinnugrein.“

"Nosotros, los empresarios, a menudo tenemos que superar el malestar."

„Við viðskiptafólk þurfum oft að yfirstíga óþægindi.“

"Los profesionales simplemente tienen que aguantar los dolores leves".

„Fagfólk þarf bara að þola smá erfiðleika.“

Mientras tanto su padre volvió a llamar a la otra puerta.

Á meðan bankaði faðir hans aftur upp á hina dyrnar.

"¿Puede entrar ahora el jefe de oficina?" quiso saber.

„Getur yfirskrifarinn komið inn núna?“ vildi hann vita.

"No, no puede", respondió Gregor a la pregunta de su padre.

„Nei, það getur hann ekki,“ svaraði Gregor við spurningu föður síns.

Un silencio incómodo cayó en la habitación de la izquierda.

Vandræðaleg þögn sló á í herberginu vinstra megin.

En la habitación de la derecha la hermana comenzó a sollozar.

Í herberginu hægra megin fór systirin að gráta.

¿Por qué la hermana no se había ido a estar con los demás?

Hvers vegna hafði systirin ekki farið til að vera með hinum?

Probablemente acababa de levantarse de la cama, pensó.

Hún var líklega rétt komin fram úr rúminu, hugsaði hann.

Es posible que ni siquiera haya empezado a vestirse todavía.

Hún er kannski ekki einu sinni byrjuð að klæða sig ennþá.

Pero Gregor no podía entender por qué ella lloraba.

En Gregor skildi ekki hvers vegna hún var að gráta.

¿Fue porque no se levantó y dejó entrar al gerente?

Var það vegna þess að hann stóð ekki upp og hleypti ekki yfirmanninum inn?

¿Fue porque estaba en peligro de perder su trabajo?

Var það vegna þess að hann var í hættu á að missa vinnuna?

¿Podría el jefe venir a buscar a los padres como antes?

Gæti yfirmaðurinn komið á eftir foreldrunum eins og áður?

¿Iba a volver a hacerles las mismas exigencias de siempre?

Ætlaði hann að gera gömlu kröfurnar til þeirra aftur?

Estas cosas probablemente no hacían que hubiera que preocuparse.

Líklega þurfti ekki að hafa áhyggjur af þessum málum.

Por el momento no tenía motivos para llorar.

Í bili hafði hún enga ástæðu til að gráta.

Gregor todavía estaba allí, manteniendo a la familia.

Gregor var enn hér og sá fyrir fjölskyldunni.

Y nunca tuvo intención de abandonar a la familia.

Og hann hafði aldrei í hyggju að yfirgefa fjölskylduna.

Por el momento, simplemente permaneció tendido sobre la alfombra.

Í bili lá hann bara þarna á teppinu.

La familia desconocía la condición en la que se encontraba.

Fjölskyldan vissi ekki í hvaða ástandi hann var.

Si lo hubieran sabido no habrían animado a su jefe.

Hefðu þeir vitað það hefðu þeir ekki hvatt yfirmann hans.

Ni siquiera habrían dejado entrar al gerente a la casa.

Þeir hefðu ekki einu sinni hleypt framkvæmdastjóranum inn í húsið.

No habría sido particularmente grosero rechazarlo.

Það hefði ekki verið sérstaklega dónalegt að vísa honum frá.

Fácilmente podría haber encontrado una excusa adecuada más tarde.

Hann hefði auðveldlega getað fundið viðeigandi afsökun síðar.

No era algo por lo que lo hubieran podido despedir.

Þetta var ekki eitthvað sem hann hefði getað verið rekinn fyrir.

Gregor pensó que ahora sería más sensato que lo dejaran solo.

Gregor fannst skynsamlegra að vera látinn í friði núna.

Molestarlo con llantos y conversaciones no sirvió de mucho.

Að trufla hann með gráti og tali skilaði litlu.

Pero fue la incertidumbre lo que molestó a los demás.

En það var óvissan sem angraði hina.

Y fue esta incertidumbre la que justificó su comportamiento.

Og það var þessi óvissa sem afsakaði hegðun þeirra.

—¡Señor Samsa! —gritó el gerente en voz alta.

„Herra Samsa," kallaði framkvæmdastjórinn hækkaðri röddu.

"¿Qué te pasa?" quiso saber.

„Hvað er í gangi hjá þér?" vildi hann vita.

"Te has atrincherado en tu habitación."

„Þú hefur lokað þig inni í herberginu þínu."

"Solo puedes responder con un 'sí' o un 'no'."

„Þú svarar bara með annað hvort „já" eða „nei"."

"Estás causando serias preocupaciones a tus padres."

„Þú ert að valda foreldrum þínum miklum áhyggjum."

"No veo ninguna buena razón para preocuparlos".

„Ég sé enga góða ástæðu fyrir því að þú ættir að valda þeim áhyggjum."

"Hay otra cosa más que mencionaré de paso."

„Það er eitt annað sem ég ætla að nefna í framhjáhlaupi."

"También estás descuidando tus obligaciones comerciales hacia nosotros".

„Þú vanrækir líka viðskiptaskyldur þínar gagnvart okkur."

"Esa irresponsabilidad está totalmente fuera de tu carácter".

„Slík ábyrgðarleysi er algjörlega óviðeigandi fyrir þig."

"Hablo aquí en nombre de tus padres y de tu jefe".

„Ég tala hér fyrir hönd foreldra þinna og yfirmanns þíns."
"Y os pido una explicación inmediata y clara."
„Og ég bið þig um tafarlausa og skýra útskýringu."
"Todo esto realmente me sorprende, debo decir".
„Þetta mál kemur mér virkilega á óvart, ég verð að segja það."
"Pensé que te conocía como una persona tranquila y razonable."
„Ég hélt að ég þekkti þig sem rólegan og skynsaman mann."
"Pero ahora nos estás mostrando un lado diferente de ti".
„En nú sýnir þú okkur aðra hlið á þér."
"De repente estás mostrando tus caprichos tan peculiares."
"Allt í einu sýnirðu þínar sérkennilegu geðshræringar."
"Pero podría haber una explicación para tu fracaso".
„En það gæti verið skýring á mistökum þínum."
"El jefe mencionó una deuda que usted había cobrado para nosotros."
„Yfirmaðurinn minntist á skuld sem þú hafðir innheimt fyrir okkur."
"Le di al jefe mi palabra de honor en tu nombre".
„Ég gaf yfirmanninum heiðursorð mitt fyrir þína hönd."
"Pero ahora veo tu incomprensible terquedad."
„En nú sé ég óskiljanlega þrjósku þína."
"Aún podría perder todo mi deseo de ayudarte."
„Ég gæti samt misst alla löngun mína til að hjálpa þér yfirhöfuð."
"Su seguridad laboral no es en absoluto totalmente estable".
„Starfsöryggi þitt er alls ekki alveg stöðugt."
"Originalmente tenía la intención de contarte todo esto en privado".
„Ég ætlaði upphaflega að segja þér allt þetta í einrúmi."
"Pero ahora veo que quieres que pierda mi tiempo aquí".
„En nú sé ég að þú vilt að ég sói tímanum mínum hér."
"Así que no veo ninguna razón por la que tus padres no deberían saberlo."
„Þannig að ég sé enga ástæðu til að foreldrar þínir ættu ekki að vita þetta."
"Su desempeño reciente no ha sido satisfactorio."

„Frammistaða þín að undanförnu hefur ekki verið fullnægjandi."

"Reconozco que las ventas son más lentas en esta época del año".

„Ég viðurkenni að salan er hægari á þessum árstíma."

"Pero no hay época del año en que no haya ventas".

„En það er enginn tími ársins þar sem engin sala er."

Por un momento Gregor olvidó todo lo que le rodeaba.

Um stund gleymdi Gregor öllu í kringum sig.

—¡Pero señor Prokurist! —gritó Gregor desesperado.

„En herra Prokurist," hrópaði Gregor í örvæntingu.

"Abriré la puerta enseguida, ahora mismo, no te preocupes."

„Ég opna dyrnar strax, ekki hafa áhyggjur."

"El problema es que me he estado sintiendo bastante mal."

„Vandamálið er að mér hefur liðið frekar illa."

"Mi mareo me impidió llegar a la puerta."

„Sviminn kom í veg fyrir að ég kæmist að dyrunum."

"Todavía estoy en cama, pero me siento mucho mejor."

„Ég ligg enn í rúminu, en mér líður miklu betur."

"Un momento por favor, me estoy levantando de la cama."

"Augnablik, takk, ég er rétt að fara fram úr rúminu."

"Un momento de paciencia es todo lo que pido, señor Prokurist."

„Ég bið bara um smá þolinmæði, herra Prokurist."

"No va tan bien como pensaba, pero estaré bien".

„Þetta gengur ekki eins vel og ég hélt, en það verður allt í lagi."

"¿Cómo puede sucederle algo así a una persona tan rápidamente?"

„Hvernig getur slíkt gerst svona fljótt hjá manni?"

"Me sentí bien anoche, mis padres lo saben."

„Mér leið vel í gærkvöldi, foreldrar mínir vita það."

"Pero quizá ya tuve una pequeña premonición entonces."

„En kannski hafði ég nú þegar fengið smá fyrirboða þá."

"Quizás te preguntes por qué no lo reporté en la oficina".

„Þú gætir spurt hvers vegna ég tilkynnti þetta ekki á skrifstofunni."

"Pensé que me sentiría mucho mejor por la mañana".

„Ég hélt að mér myndi líða miklu betur aftur í fyrramálið.“

"Uno siempre piensa que para entonces ya habrá superado la enfermedad."

„Maður heldur alltaf að þeir muni sigrast á veikindunum þá.“

"¡Pero por favor! ¡Libera a mis padres de estas acusaciones!"

"En vinsamlegast! Hlífið foreldrum mínum við þessum ásökunum!"

"No me han dicho ni una palabra de lo que me contaste."

„Mér hefur ekki verið sagt eitt einasta orð af því sem þú sagðir mér.“

"Puede que no hayas leído las últimas órdenes que envié".

„Þú hefur kannski ekki lesið síðustu skipanirnar sem ég sendi út.“

"Por cierto, no tienes que preocuparte por mí hoy."

„Með því sagt, þú þarft ekki að hafa áhyggjur af mér í dag.“

"Aun así voy a tomar el tren de las ocho."

„Ég ætla samt að taka lestina klukkan átta.“

"Las pocas horas de descanso me han fortalecido bastante".

„Þessar fáu hvíldarstundir hafa styrkt mig nægilega.“

"Realmente no hay necesidad de esperar, gerente."

„Það er í raun engin ástæða fyrir þig að bíða, yfirmaður.“

"Yo también estaré en la oficina muy pronto."

„Ég verð líka á skrifstofunni bráðlega sjálfur.“

"Y por favor, ten la amabilidad de decirme algo bueno".

"Og vertu svo góð(ur) að leggja gott orð á minnið."

Gregor había pronunciado su explicación con bastante precipitación.

Gregor hafði sagt skýringu sína í flýti.

Apenas sabía lo que realmente estaba tratando de decir.

Hann vissi varla hvað hann var í raun og veru að reyna að segja.

Se acercó a la caja y trató de usarla para ponerse de pie.

Hann gekk að kassanum og reyndi að nota hann til að standa upp.

Realmente tenía toda la intención de abrir la puerta.

Hann hafði í raun og veru fullan ásetning um að opna dyrnar.

Quería ser visto por el representante autorizado.
Hann vildi fá að viðurkenndan fulltrúa hitta hann.
Y quería resolver el problema con él personalmente.
Og hann vildi leysa vandamálið með honum persónulega.
Estaba ansioso por saber cómo reaccionarían los demás ante él.
Hann var spenntur að vita hvernig hinir myndu bregðast við honum.
Ya deben estar ansiosos por ver cómo está.
Þau hljóta nú líka að vera spennt að sjá hvernig honum líður.
Había dos formas posibles en las que podían reaccionar ante él.
Það voru tvær mögulegar leiðir til að þeir gætu brugðist við honum.
Una posibilidad era que estuvieran asustados.
Einn möguleiki var að þeir yrðu hræddir.
Si estaban asustados entonces él no tenía ninguna responsabilidad.
Ef þau voru hrædd þá bar hann enga ábyrgð.
Y entonces no tendría que preocuparse por la situación.
Og þá þyrfti hann ekki að hafa áhyggjur af aðstæðunum.
Pero también había otra posibilidad en la que pensar.
En það var líka annar möguleiki til að íhuga.
Quizás aceptarían con calma su forma de ser.
Kannski myndu þau sætta sig rólega við hann eins og hann var.
Entonces Gregor tampoco tendría motivos para enojarse.
Þá hefði Gregor enga ástæðu til að verða reiður heldur.
Todavía habría tiempo suficiente para coger el tren.
Það væri enn nægur tími til að ná lestinni.
Sin embargo, mantenerse en pie no fue una tarea fácil.
Það var þó alls ekki auðvelt verk að standa uppréttur.
En sus primeros intentos se resbaló de la caja.
Í fyrstu tilraunum sínum rann hann af kassanum.
La caja era demasiado lisa para que él pudiera apoyarse contra ella.
Kassinn var of sléttur til að hann gæti staðið upp við hann.

Y finalmente se dio un último empujón para ponerse de pie.
Og að lokum gaf hann sjálfum sér eitt síðasta hvatningu til að standa upp.
Ya no le prestó más atención al dolor en su abdomen.
Hann gaf sársaukanum í kviðnum engan gaum lengur.
No importaba cuánto dolor sintiera, él lo superaría.
Sama hversu mikill sársaukinn var, hann myndi komast í gegnum hann.
Se dejó caer contra el respaldo de una silla cercana.
Hann lét sig detta á bak stóls þar nærri.
Y se agarró a los bordes con sus pequeñas piernas.
Og hann hélt fast í brúnirnar með litlu fótunum sínum.
En ese momento ya tenía más control de sí mismo.
Hann hafði á þessum tímapunkti fengið meiri stjórn á sjálfum sér.
Y su caída fue más silenciosa que la anterior.
Og fall hans var hljóðlátara en hið fyrra.
Porque tenía que escuchar lo que decía el gerente.
Því hann þurfti að hlusta á það sem stjórnandinn sagði.
¿Entendieron algo de eso?, preguntó a los padres.
„Skilduð þið eitthvað af þessu?" spurði hann foreldrana.
"No se burlaría de nosotros, ¿verdad?"
"Hann myndi ekki gera okkur að fífli, er það nokkuð?"
—¡Por Dios! —gritó la madre, ya llorando.
„Fyrir Guðs sakir," kallaði móðirin, þegar farin að gráta.
"Puede que esté gravemente enfermo y lo estamos atormentando".
„Hann gæti verið alvarlega veikur og við erum að kvelja hann."
"¡Grete! ¡Grete!", le gritó a la hija.
„Grete! Grete!" öskraði hún til dótturinnar.
"¿Mamá?" llamó la hermana desde el otro lado.
„Mamma?" kallaði systirin hinum megin.
Luego se comunicaron a través de la habitación de Gregor.
Síðan höfðu þau samskipti í gegnum herbergi Gregors.
Gregor está muy enfermo y necesita medicamentos.
„Gregor er mjög veikur og þarf lyf."

"Tendrás que ir al médico inmediatamente."
„Þú verður að fara til læknis strax.“
¿Escuchaste cómo habló Gregor hace un momento?
"Heyrðirðu hvernig Gregor talaði rétt í þessu?"
"Esa era la voz de un animal", dijo el gerente.
„Þetta var rödd dýrs,“ sagði framkvæmdastjórinn.
Sus palabras eran silenciosas comparadas con los gritos de la madre.
Orð hans voru lágvær í samanburði við öskur móðurinnar.
—¡Anna! ¡Anna! —llamó el padre desde la antesala.
„Anna! Anna!“ kallaði faðirinn gegnum forstofuna.
Y aplaudió para llamar su atención.
Og hann klappaði saman höndunum til að vekja athygli þeirra.
"¡Llama a un cerrajero inmediatamente!" le ordenó a la criada.
„Fáðu lásasmið strax!“ skipaði hann vinnukonunni.
Las muchachas, con sus faldas, corrían por la antesala.
Stelpurnar, í pilsum sínum, hlupu gegnum forstofuna.
Y sus faldas crujieron mientras corrían frente a su habitación.
Og pils þeirra nötruðu þegar þau hlupu fram hjá herbergi hans.
"¿Cómo se vistió la hermana tan rápido?" pensó.
„Hvernig klæddist systirin svona fljótt?“ hugsaði hann.
La puerta se abrió de golpe, pero no se cerró de golpe.
Hurðin var rifin upp, en henni var ekki skellt aftur.
Esto es común en los hogares donde ocurre una gran desgracia.
Þetta er algengt í heimilum þar sem mikil óhöpp verða.
Pero todo esto había hecho que Gregor se volviera mucho más tranquilo.
En allt þetta hafði gert Gregor miklu rólegri.
Cuando escuchó sus propias palabras le parecieron claras.
Þegar hann heyrði sín eigin orð, virtust þau honum ljós.
De hecho, sintió que sus palabras habían sido más claras.
Reyndar fannst honum orð sín hafa verið skýrari.

Pero los demás ya no entendían lo que decía.

En hinir skildu ekki lengur hvað hann var að segja.

Quizás ya se había acostumbrado a sus oídos.

Kannski var hann nú orðinn vanur eyrunum sínum.

Pero al menos ahora entendían mejor su situación.

En að minnsta kosti skildu þau núna aðstæður hans betur.

Se dieron cuenta de que realmente había algo mal con él.

Þau áttuðu sig á því að eitthvað var í raun að honum.

Y ahora estaban haciendo todo lo que podían para ayudarlo.

Og nú gerðu þau allt sem þau gátu til að hjálpa honum.

Esto le dio a Gregor una sensación de confianza que le faltaba.

Þetta gaf Gregor tilfinningu um sjálfstraust sem hann hafði saknað.

Y se sintió nuevamente mucho más seguro en la familia.

Og hann fann sig aftur miklu öruggari innan fjölskyldunnar.

Se sintió incluido nuevamente en el círculo humano.

Honum fannst hann aftur vera hluti af mannlífinu.

Ahora tenía que esperar que el cerrajero pudiera abrir la puerta.

Nú þurfti hann að vona að lásasmiðurinn gæti opnað dyrnar.

Y esperaba que el médico pudiera realizar tales tareas.

Og hann vonaði að læknirinn gæti framkvæmt slík verkefni.

Pronto tendría que hablar más.

Hann yrði að fara að tala meira aftur fljótlega.

Su voz tendría que ser lo más clara posible.

Rödd hans yrði að vera eins skýr og mögulegt var.

Para prepararse para la reunión se aclaró la garganta.

Til að undirbúa fundinn hreinsaði hann hálsinn.

Sin embargo, hizo todo lo posible para toser muy silenciosamente.

Hins vegar gerði hann sitt besta til að hósta aðeins mjög hljóðlega.

El ruido podría haber sonado diferente a una tos humana.

Hljóðið gæti hafa hljómað öðruvísi en hósti frá manni.

Sabía que ya no podía diferenciar esas cosas.

Hann vissi að hann gæti ekki lengur greint á milli slíkra hluta.

En la habitación contigua reinaba un silencio absoluto.

Í næsta herbergi var orðið alveg hljótt.

Los padres probablemente estaban sentados a la mesa.

Foreldrarnir sátu líklega við borðið.

Quizás estaban susurrando con el gerente.

Þau gætu hafa verið að hvíslast við stjórnandann.

Quizás todos estaban apoyados en la puerta y escuchando.

Kannski voru allir að halla sér að dyrunum og hlusta.

Gregor empujó lentamente la silla hacia la puerta.

Gregor ýtti stólnum hægt að dyrunum.

Empujó la puerta y se mantuvo en pie.

Hann þrýsti sér að dyrunum og hélt sér uppréttum.

Se enteró de que las almohadillas de sus pies tenían un poco de pegamento.

Hann komst að því að það var smá lím á fótunum á honum.

Y descansó allí un momento del esfuerzo.

Og hann hvíldi sig þar andartak eftir erfiðið.

Después de descansar lo suficiente, comenzó con la siguiente tarea.

Þegar hann hafði hvílt sig nægilega hófst hann handa við næsta verkefni.

Empezó a girar la llave en la cerradura con la boca.

Hann byrjaði að snúa lyklinum í lásinum með munninum.

Desafortunadamente, parecía que no tenía dientes reales.

Því miður virtist sem hann hefði engar raunverulegar tennur.

¿Pero qué otra forma tenía de conseguir las llaves?

En hvaða aðra leið hafði hann til að ná í lyklana?

Afortunadamente para él, sus mandíbulas eran, por supuesto, muy fuertes.

Sem betur fer fyrir hann voru kjálkarnir hans auðvitað mjög sterkir.

Con la ayuda de sus mandíbulas realmente consiguió mover la llave.

Með hjálp kjálkanna fékk hann lykilinn til að hreyfast.

No tenía ninguna duda de que él también se estaba haciendo daño.

Hann efaðist ekki um að hann væri líka að valda sjálfum sér
tjóni.

Porque de su boca salía un líquido marrón.
Vegna þess að brúnn vökvi kom út úr munninum á honum.
El líquido marrón fluyó sobre la llave y por la puerta.
Brúni vökvinn rann yfir lykilinn og niður hurðina.
Pero a Gregorio no le importaba hacerse daño a sí mismo.
En Gregor lét sér ekki annt um að hann væri að skaða sjálfan
sig.
"¿Puedes oír eso?" dijo el gerente en la habitación de al lado.
„Heyrirðu þetta?“ sagði framkvæmdastjórinn í næsta
herbergi.
"Está girando la llave", había notado el gerente.
„Hann er að snúa lyklinum,“ hafði framkvæmdastjórinn tekið
eftir.
Estas palabras fueron un gran estímulo para Gregor.
Þessi orð voru Gregor mikil hvatning.
Pero el padre y la madre también deberían haber gritado:
En faðirinn og móðirin hefðu líka átt að kalla:
«¡Bien, Gregor!», deberían haberle gritado.
„Gott, Gregor,“ hefðu þau átt að hrópa til hans.
"Sigue adelante, sigue girando esa llave, puedes lograrlo".
„Haltu áfram, haltu áfram að snúa lyklinum, þú getur þetta.“
Pero Gregor tuvo que imaginarse su emoción.
En í staðinn varð Gregor að ímynda sér spennu þeirra.
Apretó las mandíbulas con toda la fuerza que tenía.
Hann kreppti kjálkana saman af öllum þeim krafti sem hann
hafði.
Y continuó girando la llave en la cerradura.
Og hann hélt áfram að snúa lyklinum í lásinum.
Dolorosamente su cuerpo se retorció en un círculo.
Sársaukafullt snerist líkami hans í hring.
Ahora se mantenía erguido únicamente con la boca.
Hann hélt sér nú uppréttum aðeins með munninum.
Para seguir girando la llave presionó contra la puerta.
Til að halda áfram að snúa lyklinum þrýsti hann á hurðina.

Finalmente el chasquido de la cerradura despertó de nuevo a Gregor.

Loksins vakti smellurinn af lásinum Gregor aftur.

"Así que no necesité al cerrajero", suspiró aliviado.

„Þannig að ég þurfti ekki lásasmiðinn,“ andvarpaði hann léttar.

Ahora sólo faltaba abrir la puerta que había desbloqueado.

Nú þurfti hann bara að opna hurðina sem hann hafði opnað.

Y con la cabeza en el pomo abrió la puerta.

Og með höfuðið á handfanginu opnaði hann dyrnar.

Estaba detrás de la puerta que daba a su habitación.

Hann var á bak við dyrnar, sem opnuðust inn í herbergi hans.

Así que la puerta ya estaba abierta antes de que pudiera ser visto.

Þannig að hurðin var þegar opin áður en hægt var að sjá hann.

A continuación tuvo que maniobrar para rodear la puerta.

Næst þurfti hann að hreyfa sig í kringum dyrnar sjálfar.

Este difícil movimiento también requirió mucho esfuerzo.

Þessi erfiða hreyfing tók líka mikla vinnu.

No quería caer torpemente en la habitación contigua.

Hann vildi ekki detta klaufalega inn í næsta herbergi.

Así que no tuvo tiempo de prestar atención a nada más.

Hann hafði því engan tíma til að sinna neinu öðru.

Pero entonces oyó al jefe de oficina exclamar en voz alta: "¡Oh!".

En þá heyrði hann aðalskrifarann segja hátt: „Ó!“

Sonaba como si el viento corriera a través de la casa.

Það hljómaði eins og vindurinn væri að blása í gegnum húsið.

Resultó que él era el que estaba más cerca de la puerta.

Hann var tilviljun sá sem var næstur dyrunum.

Y al verlo, se llevó la mano a la boca.

Og nú, þegar hann sá hann, þrýsti hann hendinni fyrir munninn.

Se movió lentamente hacia atrás, alejándose de Gregor.

Hann færði sig hægt aftur á bak, frá Gregor.

Pero era como si una fuerza invisible actuara sobre él.

En það var eins og ósýnilegur kraftur væri að verki á honum.

Lo primero que hizo la madre fue mirar al padre.
Það fyrsta sem móðirin gerði var að horfa á föðurinn.
A pesar de la presencia del gerente, su cabello estaba despeinado.
Þrátt fyrir nærveru yfirmannsins var hárið á henni óreiðukennt.
Desplegó los brazos y dio dos pasos hacia adelante.
Hún rétti út hendurnar og gekk tvö skref áfram.
Pero entonces se desplomó en medio de su falda.
En þá hrundi hún niður mitt í pilsinu sínu.
Su vestido se extendió a su alrededor en el suelo.
Kjóllinn hennar breiddist út allt í kringum hana á gólfinu.
Y su cabeza desapareció sobre sus propios pechos.
Og höfuð hennar hvarf niður á hennar eigin brjóst.
El padre apretó el puño con expresión hostil.
Faðirinn kreppti hnefann með fjandsamlegu svipbrigði.
Parecía querer que Gregor fuera empujado de nuevo a su habitación.
Hann virtist vilja að Gregor yrði ýtt aftur inn í herbergið sitt.
Luego miró con incertidumbre alrededor de la sala de estar.
Hann leit þá óvissulega í kringum sig í stofunni.
Y finalmente se cubrió los ojos entre las manos.
Og að lokum huldi hann augun milli handanna.
Y lloró amargamente hasta que su poderoso pecho se estremeció.
Og hann grét sáran þar til brjóst hans titraði.
Gregor en realidad no entró en su habitación.
Gregor fór í raun alls ekki inn í herbergið þeirra.
En lugar de eso, se apoyó contra el marco de la puerta.
Í staðinn hallaði hann sér upp að hurðarkarminum.
Para los que estaban desde fuera solo era visible la mitad de su cuerpo.
Aðeins helmingur líkama hans var sýnilegur þeim sem voru fyrir utan.
Y encima de su cuerpo estaba su cabeza, inclinada hacia un lado.
Og ofan á líkama hans var höfuðið, hallað til hliðar.

Para entonces la luz se había vuelto mucho más brillante que antes.

Nú var ljósið orðið miklu bjartara en áður.

Ahora se podía ver claramente el otro lado de la calle.

Nú gat maður greinilega séð hina hliðina á götunni.

Apareció una sección del interminable y gris hospital.

Hluti af endalausa, gráa sjúkrahúsinu kom í ljós.

La lluvia de la mañana aún no había parado del todo de caer.

Morgunrigningin hafði ekki alveg hætt enn.

Pero ahora las gotas de lluvia eran más grandes y estaban más separadas.

En nú voru regndroparnir stærri og lengra í sundur.

Los platos del desayuno estaban en abundancia en la mesa.

Morgunverðarréttirnir voru í gnægð á borðum.

El padre pensaba que el desayuno era la comida más importante.

Pabbinn taldi morgunmatinn vera mikilvægustu máltíðina.

El desayuno era una comida que se prolongaba durante horas.

Morgunmaturinn var máltíð sem hann dró sig á langinn í margar klukkustundir.

Y en esas horas leía los distintos periódicos.

Og á þessum stundum las hann hin ýmsu dagblöð.

Justo en la pared opuesta colgaba una fotografía de Gregor.

Rétt á gagnstæða veggnum hékk ljósmynd af Gregor.

La fotografía en la pared lo mostraba como teniente.

Ljósmyndin á veggnum sýndi hann sem liðsforingja.

Era una fotografía de su época en el ejército.

Þetta var mynd frá herþjónustutímanum.

Su mano estaba sobre su espada y tenía una sonrisa despreocupada.

Hönd hans var á sverði sínu og hann brosti áhyggjulaust.

Su postura y su uniforme exigían cierto respeto.

Líkamsrækt hans og búningur krafðist ákveðinnar virðingar.

La otra puerta que conducía a la antesala también estaba abierta.

Hin hurðin sem lá inn í forstofuna var einnig opin.

Y la puerta del apartamento todavía estaba abierta también.

Og hurðin inn í íbúðina var líka enn opin.

Se podía ver hasta el patio delantero del apartamento.

Maður gat séð alla leið að forgarði íbúðarinnar.

Y luego las escaleras conducían a la calle de abajo.

Og svo lá stiginn niður á götuna fyrir neðan.

Gregor fue el único que mantuvo la compostura.

Gregor var sá eini sem hafði haldið ró sinni.

Él vio esto, por lo que la conversación era su responsabilidad.

Hann sá þetta, svo samtalið var hans ábyrgð.

"Bueno, ahora me voy a vestir para ir a trabajar", dijo.

„Jæja, ég ætla að klæða mig í vinnuna núna," sagði hann.

"Después de haber empaquetado las muestras textiles, me iré."

„Eftir að ég hef pakkað textílprufunum fer ég."

"¿Aún tiene intención de dispararme, señor Prokurist?"

„Hefið þér enn í hyggju að reka mig, herra Prokurist?"

"Como puedes ver, no soy tan terco como pensabas."

„Eins og þú sérð er ég ekki eins þrjóskur og þú hélst."

"Y puedes ver que después de todo me gusta trabajar".

"Og þú sérð að mér líkar að vinna eftir allt saman."

"Puedo admitir que viajar por trabajo no es fácil".

„Ég get viðurkennt að það er ekki auðvelt að ferðast í vinnunni."

"Pero también puedo aceptar que es parte de mi trabajo".

„En ég get líka sætt mig við að þetta sé hluti af starfi mínu."

"Gerente, ¿adónde va? ¿De vuelta a la oficina?"

"Framkvæmdastjóri, hvert ertu að fara? Aftur á skrifstofuna?"

"¿Informarás verazmente de todo lo que has visto?"

„Ætlarðu að segja sannleikann frá öllu sem þú hefur séð?"

"A veces sucede que uno no puede ir a trabajar."

„Stundum gerist það að maður getur ekki farið í vinnuna."

"Este es el momento adecuado para recordar los logros pasados".

„Þetta er rétti tíminn til að minnast fyrri afreka."

"Después de eliminar la dificultad, uno trabaja aún mejor."

„Eftir að erfiðleikarnir hafa verið fjarlægðir virkar maður enn betur."
"Mi diligencia y concentración aumentarán".
„Dugnaður minn og einbeiting mun aukast."
"Sabes muy bien que estoy en deuda con el jefe."
„Þú veist mætavel að ég er yfirmanninum þakklátur."
"Pero también estoy preocupada por mis padres y mi hermana".
„En ég hef líka áhyggjur af foreldrum mínum og systur minni."
"Estoy en una situación difícil, pero encontraré la manera de salir de ella".
„Ég er í erfiðri stöðu en ég mun vinna mig út úr henni."
"No hagas esto más difícil de lo que ya es."
„Gerið þetta ekki erfiðara en það er nú þegar."
"Como compañeros de trabajo también tenemos que ayudarnos unos a otros".
„Sem samstarfsmenn verðum við líka að hjálpast að."
"Sé que a los trabajadores de oficina no les gustan los viajeros".
„Ég veit að skrifstofufólkið hefur ekki gaman af ferðalöngum."
"¿Crees que ganamos una fortuna y llevamos una buena vida?"
„Þú heldur að við græðum mikið og lifum góðu lífi."
"No tienen ningún motivo real para considerar sus prejuicios".
„Þeir hafa enga raunverulega ástæðu til að íhuga fordóma sína."
"Pero usted, oficial autorizado, tiene un papel diferente."
„En þú, viðurkenndur fulltrúi, hefur annað hlutverk."
"Tienes una mejor visión general que el resto del personal".
„Þú hefur betri yfirsýn en hitt starfsfólkið."
"De hecho, creo que probablemente tengas la mejor visión general".
„Reyndar held ég að þú hafir kannski bestu yfirsýnina."
"Tienes una visión mejor que el propio jefe".
„Þú hefur betri yfirsýn en yfirmaðurinn sjálfur."

"Admito que el jefe hace el trabajo empresarial".

„Ég viðurkenni að yfirmaðurinn vinnur frumkvöðlastarfið.“

"Pero es fácil que sus juicios sean erróneos."

„En það er auðvelt að blekkja dóma hans.“

"Y estos pequeños errores de juicio pueden ser en nuestro detrimento".

„Og þessi litlu mistök geta verið okkur til tjóns.“

"Ya sabes lo fácil que es hablar del viajero."

„Þú veist hversu auðvelt það er að tala um ferðalanginn.“

"Él no está allí para defender su reputación de los chismes".

„Hann er ekki þarna til að verja mannorð sitt gegn slúðri.“

"Esas acusaciones pueden fácilmente ser meras coincidencias".

„Þessar ásakanir geta auðveldlega bara verið tilviljanir.“

"Muchas quejas ni siquiera tienen su base en ninguna verdad."

„Margar kvartanir eiga sér ekki einu sinni rætur í neinum sannleika.“

"Está fuera de la oficina casi todo el año."

„Hann er frá skrifstofunni næstum allt árið.“

¿Qué posibilidades tiene de defender su propia reputación?

„Hvaða möguleika hefur hann á að verja eigið mannorð?“

"Ni siquiera se entera de las acusaciones".

„Hann fær ekki einu sinni að heyra um ásakanirnar.“

"Se entera de lo que se ha dicho cuando ya es demasiado tarde."

„Hann kemst að því hvað hefur verið sagt þegar það er of seint.“

A estas alturas ya está exhausto por el viaje del día.

„Á þeim tímapunkti er hann úrvinda eftir ferðalag dagsins.“

"De todos modos, tendrá que experimentar las terribles consecuencias".

„Hann verður hvort eð er að upplifa hræðilegar afleiðingar.“

"Aunque no tiene forma de entender el problema."

„Þótt hann hafi enga leið til að skilja vandamálið.“

"Oh, gerente, no se vaya sin decirme una palabra".

„Ó, framkvæmdastjóri, farðu ekki án þess að segja orð við mig."

"Al menos dime que estás de acuerdo conmigo en parte."

„Segðu mér að minnsta kosti að þú sért sammála mér að hluta til."

Pero el manager se había alejado de Gregor mucho antes.

En framkvæmdastjórinn hafði snúið sér frá Gregor miklu fyrr.

Su hombro se contrajo cuando volvió a mirar a Gregor.

Öxl hans kipptist til þegar hann leit til baka á Gregor.

Y no se quedó quieto ni un solo momento durante su discurso.

Og hann stóð ekki kyrr einu sinni meðan á ræðunni stóð.

Él había mirado a Gregor con los labios fruncidos.

Hann hafði verið að horfa til baka á Gregor með samanbrjóttum vörum.

Se había ido retirando gradualmente hacia la puerta.

Hann hafði smám saman verið að hörfa í átt að dyrunum.

Pero tampoco podía apartar la mirada de Gregor.

En hann gat ekki heldur tekið augun af Gregor.

Sintió como si hubiera una prohibición secreta de salir de la habitación.

Honum fannst eins og leynilegt bann væri við því að fara úr herberginu.

Pero a estas alturas ya estaba en el vestíbulo de entrada.

En á þessu stigi var hann þegar kominn inn í forstofuna.

Y ahora hizo un movimiento repentino hacia la salida.

Og nú hreyfði hann sig skyndilega í átt að útgöngunum.

Extendió su mano derecha hacia las escaleras.

Hann rétti hægri höndina út í átt að stiganum.

Quizás una fuerza sobrenatural estaba esperando para salvarlo.

Kannski beið yfirnáttúrulegur kraftur hans til að bjarga honum.

Gregor sabía que no podía permitir que se fuera así.

Gregor vissi að hann gat ekki leyft honum að fara svona.

El gerente no debe regresar con el mismo humor en el que estaba.

Stjórinn má ekki snúa aftur í því skapi sem hann var í.

La seguridad del trabajo de Gregor estaba en grave peligro.

Öryggi starfs Gregors var í mikilli hættu.

Los padres no podían comprender plenamente todo esto.

Foreldrarnir gátu ekki skilið allt þetta til fulls.

Con los años se habían acostumbrado a su seguridad laboral.

Með árunum höfðu þau vanist starfsöryggi hans.

Y se convencieron de que tenía el trabajo de por vida.

Og þau voru sannfærð um að hann hefði starfið alla ævi.

En lugar de eso, se habían ocupado de otras preocupaciones.

Í staðinn höfðu þau orðið upptekin af öðrum áhyggjum.

Pero estas preocupaciones les hicieron perder toda previsión.

En þessar áhyggjur leiddu til þess að þeir misstu alla framsýni.

Gregor, sin embargo, no había perdido la previsión paterna.

Gregor hafði þó ekki misst framsýni foreldrisins.

Alguien tenía que detener al representante autorizado.

Einhver þurfti að stöðva umboðsmanninn.

Iba a tener que calmarlo y convencerlo.

Hann yrði að róa hann og sannfæra hann.

¡El futuro de Gregor y su familia dependía de ello!

Framtíð Gregors og fjölskyldu hans var undir því komin!

Ojalá la inteligente hermana hubiera estado allí para ayudar.

Ef aðeins gáfaða systirin hefði verið hér til að hjálpa.

Ella ya había llorado cuando Gregor todavía estaba en su habitación.

Hún hafði þegar grátið þegar Gregor var enn inni í herbergi sínu.

En ese momento él simplemente yacía tranquilamente boca arriba.

Á þeim tímapunkti lá hann bara rólegur á bakinu.

Ella ya sabía entonces la importancia de la situación.

Hún vissi þá þegar hversu mikilvæg staða málsins var.

El gerente tenía una debilidad bien conocida por las mujeres.

Stjórinn hafði alkunna mjúka hlið á konum.

Ella fácilmente podría haberlo persuadido para que se quedara más tiempo.

Hún hefði auðveldlega getað fengið hann til að vera lengur.
Ella habría cerrado la puerta y lo habría guiado adentro.
Hún hefði lokað hurðinni og leitt hann aftur inn.
Pero desafortunadamente la hermana había ido a buscar un médico.
En því miður hafði systirin farið til læknis.
Así que Gregor no tuvo más remedio que hacerlo él mismo.
Þess vegna hafði Gregor ekkert annað val en að gera það sjálfur.
No había considerado cuáles eran realmente sus habilidades.
Hann hafði ekki íhugað hverjir hæfileikar hans í raun og veru voru.
Y se había olvidado de desconfiar de su capacidad de hablar.
Og hann hafði gleymt að vantreysta hæfni sinni til að tala.
Pero aún así, abandonó la seguridad de su habitación.
En engu að síður yfirgaf hann öryggi herbergis síns.
Y se abrió paso a través de la abertura de la habitación.
Og hann ýtti sér inn um opið á herberginu.
El gerente ya estaba bajando las escaleras.
Stjórinn var þegar á leiðinni niður stigann.
Pero él se agarraba a la barandilla con ambas manos.
En hann hélt báðum höndum um handriðið.
Gregor se cayó mientras intentaba atravesar la puerta.
Gregor féll þegar hann ýtti sér inn um dyrnar.
Dejó escapar un pequeño grito mientras trataba de agarrar algo para apoyarse.
Hann öskraði lágt um leið og hann greip til stuðnings.
Pero en lugar de pánico, sintió un bienestar físico.
En í stað þess að örvænta fann hann fyrir líkamlegri vellíðan.
Por primera vez esa mañana algo se sintió bien.
Í fyrsta skipti þann morgun fannst mér eitthvað rétt.
Todas sus piernas ahora tenían tierra sólida debajo de ellas.
Allir fætur hans höfðu nú fast land undir sér.
Se sorprendió de lo bien que podía controlar sus piernas.
Hann varð hissa á því hve vel hann gat stjórnað fótunum sínum.

Se alegró de notar que sus piernas le obedecían completamente.

Hann var ánægður að taka eftir því að fætur hans hlýddu honum fullkomlega.

De hecho, sus piernas lo llevaban a donde quería.

Reyndar báru fæturnir hann hvert sem hann vildi.

Pronto todas sus penas estaban destinadas a llegar a su fin.

Brátt var öllum sorgum hans ætlað að taka enda.

Pero en ese mismo momento su propia madre saltó.

En á sömu stundu stökk móðir hans upp.

Sus brazos estaban extendidos y sus dedos separados.

Hendur hennar voru útréttar og fingurnir breiddir út.

Y ella gritó: "¡Socorro! ¡Por el amor de Dios, que alguien ayude!"

Og hún hrópaði: „Hjálp, fyrir Guðs sakir, einhver hjálpi!"

Ella inclinó la cabeza; quería ver mejor a Gregor.

Hún hallaði höfðinu; hún vildi sjá Gregor betur.

Pero en contraposición a la primera acción, ella corrió hacia atrás.

En í kjölfar fyrstu aðgerðarinnar hljóp hún til baka.

Se había olvidado que la mesa estaba puesta detrás de ella.

Hún hafði gleymt að borðið var sett fyrir aftan hana.

Todos los elementos para el desayuno todavía estaban en la mesa.

Allt sem til var í morgunmatinn var enn á borðinu.

Se sentó apresuradamente en la mesa, como distraída.

Hún settist í flýti niður við borðið, eins og hún væri annars hugar.

Y ella no pareció darse cuenta del café derramado.

Og hún virtist ekki taka eftir kaffinu sem helltist út.

El café que ahora estaba empapando la alfombra.

Kaffið sem nú var að síast inn í teppið.

—Mamá, madre —dijo Gregor suavemente, mirándola.

„Móðir, móðir," sagði Gregor lágt og leit upp til hennar.

Por el momento el manager no era importante para él.

Í bili var framkvæmdastjórinn ekki mikilvægur fyrir hann.

Pero también estaba el café goteando sobre la alfombra.

En þar var líka kaffið að leka á teppið.
Gregor no pudo resistirse a chasquear las mandíbulas al tomar el café.
Gregor gat ekki staðist að smella kjálkunum yfir kaffið.
La madre comenzó a llorar nuevamente por su comportamiento.
Móðirin fór að gráta aftur vegna hegðunar hans.
Ella saltó de la mesa para distanciarse de él.
Hún stökk af borðinu til að fjarlægja sig frá honum.
Y ella corrió a los brazos del padre, buscando seguridad.
Og hún hljóp í faðm föðurins, til öryggis.
Pero Gregor ya no tenía tiempo que perder con sus padres.
En Gregor hafði engan tíma aflögu fyrir foreldra sína núna.
El oficial autorizado ya estaba en las escaleras.
Viðurkenndi embættismaðurinn var þegar kominn upp á stigann.
Apoyó la barbilla en la barandilla para mirar dentro de la casa.
Hann hafði hökuna á handriðið til að horfa inn í húsið.
Al parecer quería echar un último vistazo al espectáculo.
Greinilega vildi hann sjá sjónarspilið í síðasta sinn.
Y Gregor hizo un último esfuerzo para llegar hasta el gerente.
Og Gregor gerði sína síðustu tilraun til að ná í framkvæmdastjórann.
Corrió hacia la puerta tan seguro como pudo.
Hann hljóp að dyrunum eins öruggt og hann gat.
Pero el jefe de oficina debía de sospechar algo.
En yfirskrifarinn hlýtur að hafa grunað eitthvað.
Porque saltó varios escalones y desapareció.
Því hann stökk niður nokkur þrep og hvarf.
—¡Huh! —gritó Gregor, resonando en la escalera.
„Ha!" hrópaði Gregor og ómaði um stigann.
La fuga del gerente también pareció confundir a su padre.
Flótti framkvæmdastjórans virtist einnig rugla föður hans.
Hasta entonces había conseguido mantener la compostura.
Honum hafði fram að þessu tekist að halda ró sinni.

Pero desgraciadamente él también perdió la compostura que había tenido.

En því miður missti hann líka róina sem hann hafði haft.

Lo que debería haber hecho es ayudar a Gregor en su persecución.

Það sem hann hefði átt að gera var að hjálpa Gregor í leit sinni.

Pero con una mano agarró el bastón del gerente.

En hann greip göngustaf framkvæmdastjórans í annarri hendi.

Y en la otra mano sostenía ahora un periódico.

Og í hinni hendinni hélt hann nú á dagblaði.

Y ahora estorbó directamente a Gregor en su persecución.

Og hann hindraði nú beint Gregor í eftirför hans.

Se había colocado entre Gregor y la calle.

Hann hafði komið sér fyrir á milli Gregors og götunnar.

Golpeó el suelo con los pies y agitó el palo y el periódico.

Hann stappaði fætunum og veifaði prikinu og dagblaðinu.

Y él estaba forzando activamente a Gregor a regresar a su habitación.

Og hann var virkur í að neyða Gregor aftur inn í herbergið sitt.

Ninguna de las peticiones que Gregor intentó hacer sirvió de algo.

Engin af þeim beiðnum sem Gregor reyndi að koma með dugði.

Porque ninguna de las peticiones que hizo fue entendida.

Vegna þess að engar af þeim beiðnum sem hann bar fram voru skildar.

Giró la cabeza hacia un ángulo más profundo y humilde.

Hann sneri höfðinu í dýpri og auðmjúkari sjónarhorn.

Pero su padre respondió golpeando el suelo con más fuerza.

En faðir hans svaraði með því að trampa enn fastar með fótunum.

La madre abrió una ventana, a pesar del clima frío.

Móðirin opnaði glugga, þrátt fyrir kalt veður.

Y apretó su cara entre sus manos en el frío.

Og hún þrýsti andlitinu í hendurnar í kuldanum.

El viento ahora podría pasar por todo el apartamento.

Vindurinn gat nú farið um alla íbúðina.

Una fuerte corriente de aire soplaba desde la escalera hacia el callejón.

Sterkur trekk blés frá stiganum niður í sundið.

Las cortinas se agitaban a causa del fuerte viento.

Gluggatjöldin blaktu til og frá í sterkum vindi.

Y el periódico sobre la mesa crujió con el viento.

Og dagblaðið á borðinu raslaði í vindinum.

Incluso algunas hojas fueron arrastradas hasta el interior de la casa desde el exterior.

Jafnvel nokkur laufblöð fjúkuðu inn í húsið að utan.

El padre pateaba y empujaba sin descanso.

Faðirinn stappaði með fótunum og ýtti óþreytandi.

Y silbaba y hacía ruidos como lo haría un hombre salvaje.

Og hann hvæsti og gaf frá sér hljóð eins og villimaður myndi gera.

Pero Gregor aún no había practicado el caminar hacia atrás.

En Gregor hafði ekki enn æft sig í að ganga aftur á bak.

Incluso Gregor admitiría que este movimiento era mucho más lento.

Jafnvel Gregor myndi viðurkenna að þessi hreyfing væri miklu hægari.

Pero lo único que quería era la oportunidad de cambiar las cosas.

Það eina sem hann vildi var þó tækifæri til að snúa við.

Entonces se habría ido directamente a su habitación.

Þá hefði hann farið strax inn í herbergið sitt.

Pero tenía demasiado miedo de impacientar a su padre.

En hann var of hræddur við að gera föður sinn óþolinmóður.

Y allí estaba la amenaza de un golpe con el palo.

Og þar var hótun um högg með prikinu.

Un golpe así en la parte posterior de la cabeza podría ser fatal.

Slíkt högg á aftanverðan höfuðið gæti verið banvænt.

Pero al final Gregor no tuvo otra opción.

En að lokum hafði Gregor engan annan kost.

Se dio cuenta de que ni siquiera podía caminar hacia atrás en línea recta.

Hann áttaði sig á því að hann gat ekki einu sinni gengið beint aftur á bak.

Empezó a girar tan rápido como pudo.

Hann byrjaði að snúa sér við eins hratt og hann gat.

Pero en realidad este movimiento giratorio era igualmente lento.

En í raun og veru var þessi beygjuhreyfing alveg jafn hæg.

Y le siguieron las miradas ansiosas del padre.

Og honum fylgdu áhyggjufull augnaráð föðurins.

Quizás el padre notó las buenas intenciones de Gregor.

Kannski tók faðirinn eftir góðum fyrirætlunum Gregors.

Porque no le impidió darse la vuelta.

Því hann truflaði hann ekki frá því að snúa við.

Incluso utilizó la punta de su bastón para guiar la rotación.

Hann notaði meira að segja oddinn á stafnum sínum til að stýra snúningnum.

¡Pero Gregor aún deseaba que su padre no le hubiera silbado!

En Gregor óskaði samt að faðirinn hefði ekki hvæst á hann!

El silbido sólo aumentó la confusión del momento.

Hvæsið jók aðeins á ruglinguna á augnablikinu.

Y luego cometió un error y giró en la dirección equivocada.

Og svo gerði hann mistök og beygði í ranga átt.

Al final logró encarar el camino correcto.

Að lokum tókst honum loksins að horfast í augu við rétta leiðina.

Y estaba satisfecho con el progreso que había logrado.

Og hann var ánægður með þær framfarir sem hann hafði náð.

Pero entonces el siguiente problema se hizo aún más evidente.

En þá varð næsta vandamál enn augljósara.

Su cuerpo era demasiado ancho para pasar fácilmente por la puerta.

Líkami hans var of breiður til að komast auðveldlega í gegnum dyrnar.

En su estado actual el padre no se dio cuenta de esto.

Í núverandi ástandi tók faðirinn ekki eftir þessu.

Así que no se le ocurrió abrir más la puerta.

Því datt honum ekki í hug að opna dyrnar frekar.

Entonces habría habido suficiente espacio para Gregor.

Þá hefði verið nægilegt pláss fyrir Gregor.

Su única prioridad era conseguir que Gregor entrara a su habitación.

Eina forgangsverkefni hans var að fá Gregor inn í herbergið sitt.

Habría tenido que ponerse de pie para poder pasar por la puerta.

Hann hefði þurft að standa upp til að komast í gegnum dyrnar.

Pero el padre no hubiera permitido tal maniobra.

En faðirinn hefði ekki leyft slíka aðgerð.

De hecho, le estaba siseando aún más salvajemente que antes.

Reyndar hvæsti hann á hann enn villtar en áður.

Sonaba como si más de un hombre le estuviera silbando.

Það hljómaði eins og meira en bara einn maður væri að hvæsa á hann.

Sus demandas parecían tener una nueva urgencia detrás.

Kröfur hans virtust hafa nýja brýna áherslu á bak við sig.

Realmente ya no había más tiempo para perder el tiempo.

Það var í raun enginn tími til að fikta lengur.

Pasara lo que pasara, Gregor tenía que atravesar la puerta.

Hvað sem gerðist, þá varð Gregor að komast inn um dyrnar.

Se abrió paso sin ningún respeto por sí mismo.

Hann ýtti sér áfram án nokkurrar sjálfsvirðingar.

Un lado de su cuerpo fue empujado hacia arriba por el movimiento.

Önnur hlið líkama hans var þvinguð upp á við hreyfinguna.

Y él yacía torpe y torcido en el umbral de la puerta.

Og hann lá vandræðalega og skakkt á milli dyragættanna.

Uno de sus flancos quedó en carne viva rozando la madera.

Önnur hlið hans var nudduð hrá við viðinn.

Y había dejado feas manchas en la puerta pintada de blanco.

Og hann hafði skilið eftir ljóta bletti á hvítmáluðu hurðinni.

Las piernas de uno de sus costados colgaban temblando en el aire.
Fæturnir á annarri hlið hans héngu skjálfandi í loftinu.
Sus otras piernas estaban presionadas dolorosamente contra el suelo.
Hinir fætur hans voru þrýstir sársaukafullt niður í gólfið.
Pronto se quedaría atrapado completamente entre las puertas.
Brátt yrði hann fastur alveg á milli dyranna.
Y entonces no habría podido moverse en absoluto.
Og þá hefði hann alls ekki getað hreyft sig.
Pero el padre le dio un fuerte empujón realmente liberador.
En faðirinn gaf honum sannarlega frelsandi og kröftugt ýti.
Y cayó, sangrando profusamente, hasta el fondo de su habitación.
Og hann féll, blóðugur, langt inn í herbergið sitt.
El padre cerró la puerta tras de sí con su bastón.
Faðirinn skellti hurðinni á eftir sér með stafnum sínum.
Y finalmente hubo algo de paz y tranquilidad nuevamente.
Og þá loksins varð aftur friður og ró.

Gregor no se despertó hasta mucho más tarde ese mismo día.

Gregor vaknaði ekki fyrr en miklu síðar um daginn.

Había anochecido; había dormido profundamente e inconscientemente.

Rökkur var fallinn; hann hafði sofið þungt og meðvitundarlaus.

Se habría despertado incluso sin que nadie lo hubiera molestado.

Hann hefði vaknað jafnvel án þess að vera truflaður.

Porque se sentía suficientemente descansado y bien dormido.

Vegna þess að hann fann sig nægilega úthvíldan og sofa vel.

Pero le pareció oír unos pasos fugaces afuera.

En honum fannst hann heyra einhver fljótfærnisleg skref fyrir utan.

Y alguien podría haber cerrado cuidadosamente la puerta principal.

Og einhver gæti hafa lokað aðaldyrunum varlega.

La luz del tranvía eléctrico se reflejaba pálidamente en el techo.

Ljós rafmagnssporvagnsins lá föl á loftinu.

La parte superior del mueble también recibió un poco de luz.

Efsta hluti húsgagnanna fékk líka smá ljós.

Pero allá abajo, a la altura de Gregor, estaba oscuro.

En niðri á jörðinni, á hæð Gregors, var dimmt.

Sus piernas lo empujaron lentamente hacia la puerta nuevamente.

Fætur hans ýttu honum hægt aftur að dyrunum.

Tenía mucha curiosidad por ver qué había sucedido allí.

Hann var mjög forvitinn að sjá hvað hefði gerst þar.

Pero su control de sus sensores aún no estaba desarrollado.

En stjórn hans á tilfinningunum var ekki enn þroskuð.

Aunque empezó a apreciar estos nuevos sensores.

Þótt hann fór að kunna að meta þessa nýju skynjara.

Una cicatriz larga y desagradable parecía recorrer su costado izquierdo.

Langt óþægilegt ör virtist liggja niður vinstri hlið hans.

La cicatriz parecía como si apretara ese lado de su cuerpo.

Örin fannst eins og hún hefði herpst á þeirri hlið líkamans.

Y entonces tuvo que cojear literalmente sobre sus dos filas de piernas.

Og því þurfti hann bókstaflega að haltra á tveimur fótaröðum sínum.

Esa mañana una de sus piernas resultó gravemente herida.

Annar fótur hans hafði meiðst alvarlega þennan morgun.

Realmente fue un milagro que no se hubiera roto más piernas.

Það var í raun kraftaverk að hann skyldi ekki hafa brotið fleiri fætur.

Y así arrastró sin vida su pierna herida.

Og þannig dró hann meiddan fótinn líflausan á eftir sér.

Cuando llegó a la puerta se dio cuenta de algo profundo.

Þegar hann kom að dyrunum rann upp fyrir honum eitthvað djúpstætt.

Fue el olor de algo lo que lo atrajo hasta allí.

Það var lyktin af einhverju sem hafði lokkað hann þangað.

A Gregor le habían dejado algo comestible en su habitación.

Eitthvað ætis hafði verið skilið eftir handa Gregori í herberginu hans.

Trozos de pan blanco flotando en un cuenco de leche dulce.

Bitar af hvítu brauði fljóta í skál af sætri mjólk.

Apenas podía contener la alegría que había dentro de él.

Hann gat varla haldið gleðinni sem innra með honum ríkti.

Ahora tenía incluso más hambre que por la mañana.

Hann var enn svangari núna en hann var í morgun.

Inmediatamente sumergió su cabeza en el cuenco de leche.

Hann stakk höfðinu samstundis ofan í mjólkurskálina.

La leche le salía casi por toda la cabeza, hasta los ojos.

Mjólkin kom út um næstum allt höfuð hans, upp að augunum.

Pero pronto echó la cabeza hacia atrás, amargamente decepcionado.

En hann dró fljótlega höfuðið aftur, sárlega vonsvikinn.

Comer era difícil debido a su delicado lado izquierdo.

Það var erfitt að borða vegna viðkvæmrar vinstri hliðar hans.

Y sólo podía comer jadeando con todo su cuerpo.

Og hann gat aðeins borðað með því að andasmella með öllum líkamanum.

Pero esa no fue la verdadera razón de su decepción.

En það var ekki hin raunverulega ástæða fyrir vonbrigðum hans.

La leche siempre había sido uno de sus platos favoritos.

Mjólk hafði alltaf verið einn af uppáhaldsréttunum hans.

No tenía ninguna duda de que su hermana recordaba esto.

Hann efaðist ekki um að systir hans hefði munað þetta.

Y esa fue la razón por la que le había dado leche.

Og það var ástæðan fyrir því að hún hafði gefið honum mjólk.

No podía explicar por qué ahora no le gustaba la leche.

Hann gat ekki útskýrt hvers vegna honum líkaði nú ekki mjólk.

Y se apartó del cuenco casi con reticencia.

Og hann sneri sér frá skálinni næstum með tregðu.

Decepcionado, se arrastró de nuevo hasta el centro de la habitación.

Vonsvikinn skreið hann aftur inn í miðja herbergið.

Desde allí pudo ver a través de la rendija de la puerta.

Hér gat hann séð í gegnum rifuna í hurðinni.

Pudo ver que el fuego en la sala de estar estaba encendido.

Hann sá að eldurinn var kveiktur í stofunni.

Generalmente a esta hora el padre leía el periódico.

Venjulega á þessum tíma las faðirinn dagblaðið.

Él siempre solía leerle a la madre en voz alta.

Hann las alltaf fyrir mömmu sína með hækkaðri röddu.

A veces la hermana también escuchaba al padre.

Stundum hlustaði systirin líka á föðurinn.

Ella siempre le había contado a Gregor sobre esta lectura en voz alta.

Hún hafði alltaf sagt Gregor frá þessum upplestri.
Pero hoy no se oía ningún sonido en la habitación.
En í dag heyrðist ekkert hljóð úr herberginu.
Quizás este hábito ya había caído en desuso.
Kannski var þessi venja þegar horfin úrelt.
Un profundo silencio se había apoderado de todo el apartamento.
Djúp þögn hafði lagst yfir alla íbúðina.
Aunque sabía que el apartamento ciertamente no estaba vacío.
Þótt hann vissi að íbúðin væri alls ekki tóm.
«¡Qué vida tan tranquila lleva la familia!», pensó Gregor.
„Hvílíkt rólegt líf fjölskyldan lifir," hugsaði Gregor.
Y miró hacia la oscuridad con gran orgullo.
Og hann starði út í myrkrið með miklum stolti.
Estaba orgulloso de la vida que había podido darles.
Hann var stoltur af því lífi sem hann hafði getað gefið þeim.
Estaba orgulloso del hermoso apartamento en el que vivían.
Hann var stoltur af fallegu íbúðinni sem þau bjuggu í.
¿Pero toda esta paz estaba a punto de tener un final terrible?
En ætlaði allur þessi friður að enda á hræðilegan hátt?
¿Les iban a quitar su prosperidad?
Var auðæfi þeirra tekin frá þeim?
¿Su satisfacción ahora era incierta en el futuro?
Var ánægja þeirra nú óviss í framtíðinni?
Pero él no quería perderse en tales pensamientos.
En hann vildi ekki týnast í slíkum hugsunum.
Para mantenerse ocupado se arrastraba arriba y abajo por las paredes.
Til að halda sér uppteknum skreið hann upp og niður veggina.
Durante la larga velada una puerta estaba entreabierta.
Á hinu langa kvöldi var ein hurð opnuð lítillega.
Y en otro momento la otra puerta se abrió un poquito.
Og á öðrum tímapunkti opnaðist hin hurðin lítillega.
Pero en ambas ocasiones las puertas se cerraron rápidamente de nuevo.

En í bæði skiptin voru dyrnar lokaðar fljótt aftur.

Estaba claro que alguien de fuera tenía el deseo de entrar.

Greinilega hafði einhver utanaðkomandi löngun til að koma inn.

Pero también tenían demasiadas preocupaciones acerca de venir.

En þeir höfðu líka of margar áhyggjur af því að koma inn.

Gregor ahora se detuvo directamente en la puerta de la sala de estar.

Gregor stoppaði nú beint við stofudyrnar.

Estaba decidido a tentar de algún modo al indeciso visitante.

Hann var staðráðinn í að freista hins hikandi gests á einhvern hátt.

Y también quería saber quién había sido el visitante.

Og hann vildi líka vita hver gesturinn hefði verið.

Pero aquella noche la puerta no se abrió una tercera vez.

En þetta kvöld var hurðin ekki opnuð í þriðja sinn.

Y Gregorio esperaba en vano junto a la puerta.

Og Gregor beið til einskis við dyrnar.

Más temprano ese día todos querían entrar a la habitación.

Fyrr um daginn vildu þau öll koma inn í herbergið.

Ahora que las puertas estaban desbloqueadas sería más fácil para ellos.

Nú þegar dyrnar væru ólæstar yrði það auðveldara fyrir þá.

Pero ellos prefirieron quedarse al otro lado de la habitación.

En þau kusu að vera hinum megin í herberginu.

Gregor se dio cuenta de que las llaves ya no estaban en sus cerraduras.

Gregor tók eftir því að lyklarnir voru ekki lengur í lásunum sínum.

Alguien debe haber movido las llaves a la cerradura exterior.

Einhver hlýtur að hafa fært lyklana að lásinum að utan.

Sólo tarde por la noche se apagó la luz de la sala de estar.

Það var ekki fyrr en seint á kvöldin sem ljósið í stofunni var slökkt.

La familia debe haber permanecido despierta todo el tiempo.

Fjölskyldan hlýtur að hafa verið vakandi allan tímann.

Y Gregor podía oírlos claramente alejándose de puntillas.
Og Gregor heyrði greinilega þá ganga í burtu á tánum.
Ahora nadie vendría a ver a Gregor hasta la mañana.
Nú ætlaði enginn að koma til Gregors fyrr en undir morgun.
Así que tuvo mucho tiempo para sí mismo, para pensar sin interrupciones.
Hann hafði því langan tíma út af fyrir sig, til að hugsa ótruflaður.
¿Cuál sería la mejor manera de reorganizar su vida ahora?
Hver væri besta leiðin til að endurskipuleggja líf hans núna?
Pero las altas paredes de la habitación vacía lo asustaban.
En háu veggirnir í tóma herberginu hræddu hann.
No le quedó más remedio que tumbarse en el suelo.
Hann hafði ekkert annað val en að leggjast flatur á jörðina.
Y nunca encontró la causa de su miedo en ese espacio.
Og hann fann aldrei orsök ótta síns á þeim stað.
Era la misma habitación en la que había vivido durante cinco años.
Þetta var sama herbergið sem hann hafði búið í í fimm ár.
Medio inconscientemente hizo un movimiento hacia el sofá.
Hálfmeðvitaður hreyfði hann sig í átt að sófanum.
Y sin ninguna vergüenza se escondió debajo del sofá.
Og án nokkurrar skammár faldi hann sig undir sófanum.
Allí abajo se sintió inmediatamente de nuevo muy a gusto.
Þar niðri leið honum strax mjög vel aftur.
A pesar de que tenía la espalda un poco presionada.
Þrátt fyrir að bakið á honum væri svolítið þrýst.
Ya no podía levantar la cabeza debajo del sofá.
Hann gat ekki lengur lyft höfðinu undir sófann heldur.
Pero incluso esto lo prefería a estar en cualquier espacio abierto.
En jafnvel þetta kaus hann frekar en að vera á opnu svæði.
Sin embargo, lamentó que su cuerpo fuera tan ancho.
Hins vegar iðraðist hann þess að líkami hans væri svona breiður.
El sofá no podía cubrir completamente todo su cuerpo.
Sófinn gat ekki hulið allan líkama hans alveg.

Se quedó debajo del sofá toda la noche.

Hann lá undir sófanum alla nóttina.

La noche la pasó medio dormido, perturbado por el hambre.

Nóttina svaf hann hálfsofandi, órólegur af hungri.

Y el tiempo que estaba despierto lo pasaba preocupado o esperanzado.

Og vakandi tíma eyddi hann annað hvort í áhyggjum eða von.

Pero todas sus vagas esperanzas llevaron a la misma conclusión.

En allar hans óljósu vonir leiddu til sömu niðurstöðu.

No tuvo más remedio que permanecer en silencio por el momento.

Hann hafði ekkert annað val en að þegja í bili.

Tuvo que mostrar paciencia y consideración hacia la familia.

Hann þurfti að sýna fjölskyldunni þolinmæði og tillitssemi.

Era la única manera de hacer soportable el inconveniente.

Þetta var eina leiðin til að gera óþægindin þolanleg.

Los inconvenientes que ahora estaba causando a la familia.

Óþægindin sem hann var nú að þröngva upp á fjölskylduna.

No tuvo que esperar mucho para demostrar su compasión.

Hann þurfti ekki að bíða lengi til að sanna samúð sína.

Temprano por la mañana la hermana miró dentro de su habitación.

Snemma morguns leit systirin inn í herbergi hans.

Aunque en realidad era tan de noche como de mañana.

Þótt það væri í raun jafn mikið nótt og morgunn.

Ella estaba completamente vestida y parecía mostrar entusiasmo.

Hún var fullklædd og virtist sýna spennu.

La fuerza de su nueva decisión podría ser puesta a prueba.

Styrkur nýteknu ákvörðunar hans gæti reynt á.

Ella no lo encontró inmediatamente con su primera mirada.

Hún fann hann ekki strax við fyrstu sýn.

Tenía que estar en algún lugar, no podía haber volado.

Hann varð að vera einhvers staðar; hann gat ekki flogið í burtu.

Pero entonces sus ojos hicieron un segundo recorrido por la habitación.

En þá sveipaði hún aftur yfir herbergið.

Y esta vez vio su torso debajo del sofá.

Og að þessu sinni sá hún búk hans undir sófanum.

Estaba tan asustada que perdió todo el control de sí misma.

Hún varð svo hrædd að hún missti alla sjálfstjórn.

Y su primera reacción fue cerrar la puerta de golpe.

Og fyrsta viðbrögð hennar voru að skella hurðinni aftur í lás.

Pero también pareció arrepentirse inmediatamente de su comportamiento.

En hún virtist líka strax sjá eftir hegðun sinni.

Tan pronto como cerró la puerta de golpe, la abrió de nuevo.

Um leið og hún skellti hurðinni opnaði hún hana aftur.

Y esta vez entró de puntillas en la habitación con cuidado.

Og að þessu sinni læddist hún varlega inn í herbergið á tánum.

Se movía como si estuviera visitando a una persona gravemente enferma.

Hún hreyfði sig eins og hún væri að heimsækja alvarlega veikan mann.

O tal vez estaba visitando a un completo desconocido.

Eða hún gæti hafa verið að heimsækja algjöran ókunnugan mann.

Gregor empujó su cabeza casi hasta el borde del sofá.

Gregor ýtti höfðinu næstum upp að brún sófans.

Y desde debajo de la caja fuerte la observaba en la habitación.

Og undan öryggishólfinu horfði hann á hana inni í herberginu.

¿Se daría cuenta de que había dejado la leche?

Ætlaði hún að taka eftir því að hann hafði skilið mjólkina eftir?

No había dejado la leche por falta de hambre.

Hann hafði ekki yfirgefið mjólkina vegna hungursleysis.

¿En lugar de eso le traería comida diferente?

Ætlaði hún að færa honum annan mat í staðinn?

Quizás un plato que se ajustara mejor a sus preferencias.

Kannski réttur sem hentaði hans smekk betur.
Pero ella misma habría tenido que notar su apetito.
En hún hefði sjálf þurft að taka eftir matarlyst hans.
Preferiría morir de hambre antes que hacerle saber eso.
Hann hefði frekar viljað svelta en að láta hana vita af því.
En realidad le habría gustado mucho decírselo.
Reyndar hefði hann mjög gjarnan viljað segja henni frá því.
Estuvo realmente tentado de disparar desde debajo del sofá.
Hann freistaðist virkilega til að skjóta undan sófanum.
Quería arrojarse a los pies de su hermana.
Hann langaði til að kasta sér niður fyrir fætur systur sinnar.
Y quiso pedirle algo bueno para comer.
Og hann vildi biðja hana um eitthvað gott að borða.
Pero entonces la hermana miró hacia el cuenco de leche.
En þá leit systirin í átt að skálinni með mjólkinni.
Inmediatamente se dio cuenta de que el cuenco todavía estaba lleno.
Hún tók strax eftir því að skálin var enn full.
Le sorprendió bastante que Gregor no hubiera comido nada.
Hún var frekar hissa á að Gregor hefði ekki borðað neitt.
Sólo se había derramado un poco de leche en el suelo.
Aðeins lítil mjólk hafði hellst á gólfið.
Inmediatamente cogió el cuenco y lo sacó.
Hún tók strax upp skálina og bar hana út.
Él vio que ella no recogió el cuenco con sus propias manos.
Hann sá að hún tók ekki skálina upp með berum höndum.
En lugar de eso, recogió el cuenco con uno de los trapos.
Í staðinn tók hún skálina upp með einum af tuskunum.
Pero Gregor se olvidó muy rápidamente de este pequeño detalle.
En Gregor gleymdi mjög fljótt þessu smáatriði.
Ahora estaba mucho más entusiasmado por otra cosa.
Hann var nú miklu spenntari fyrir einhverju öðru.
¿Qué podría traer como reemplazo de la leche?
Hvað gæti hún komið með í staðinn fyrir mjólkina?
Tenía varios pensamientos sobre lo que ella podría traer.
Hann hafði ýmsar hugsanir um hvað hún gæti komið með.

Pero la bondad de su hermana superó sus expectativas.
En góðvild systur hans fór fram úr væntingum hans.
Se dio cuenta de que tenía que probar cuáles eran sus nuevos gustos.
Hún áttaði sig á því að hún þurfti að prófa nýja smekk hans.
Así que trajo toda una selección de alimentos diferentes.
Svo kom hún með allt úrval af alls konar mat.
Verduras medio podridas, huesos de la cena.
Hálf-rotið grænmeti, bein frá kvöldmatnum.
Salsa solidificada de la otra comida que habían comido.
Storknuð sósa úr hinni máltíðinni sem þau höfðu borðað.
Unas pasas, unas almendras, pan seco, pan con mantequilla.
Nokkrar rúsínur, nokkrar möndlur, þurrt brauð, smjörbrauð.
Un poco de pan untado con mantequilla y también con sal.
Nokkuð brauð sem hafði verið smurt og einnig saltað.
Queso que Gregor había declarado incomestible hacía dos días.
Ostur sem Gregor hafði lýst óætan fyrir tveimur dögum.
Toda esta selección de comida fue colocada en un periódico.
Allt þetta matarúrval var sett í dagblað.
Y también colocó un recipiente con agua al lado de sus comidas.
Og hún setti líka skál með vatni við hliðina á matnum hans.
Ella sabía que Gregor no habría comido delante de ella.
Hún vissi að Gregor hefði ekki borðað fyrir framan hana.
Entonces, por respeto hacia él, salió nuevamente de la habitación.
Svo af virðingu fyrir honum fór hún úr herberginu aftur.
Y hasta giró la llave en la cerradura al salir.
Og hún sneri meira að segja lyklinum í lásinum þegar hún fór.
Pero ella giró la llave muy silenciosamente y con mucho cuidado.
En hún sneri lyklinum mjög hljóðlega og varlega.
De esta manera sólo Gregor sabría que la puerta estaba cerrada.
Þannig myndi aðeins Gregor vita að hurðin væri læst.
Ahora podía ponerse tan cómodo como quisiera.

Nú gat hann gert sér eins þægilegt og hann vildi.

Las piernas de Gregor zumbaban cuando llegó la hora de comer.

Fætur Gregors voru að titra þegar kom að borða.

Lo que vale la pena destacar es que ya no sentía ninguna molestia.

Það er vert að taka fram að hann fann ekki lengur fyrir neinum óþægindum.

Sus heridas deben haber sanado ya por completo.

Sár hans hljóta þegar að vera alveg gróin.

Porque ya no sentía sus discapacidades anteriores.

Vegna þess að hann fann ekki lengur fyrir fyrri fötlun sinni.

Su nueva capacidad de curar lo sorprendió y lo asombró.

Nýi hæfileiki hans til að lækna kom honum á óvart og undrandi.

Hace más de un mes se cortó el dedo con un cuchillo.

Fyrir meira en mánuði síðan skar hann sig á fingri með hníf.

Hasta hace dos días esa herida todavía le dolía.

Þangað til fyrir tveimur dögum var sárið enn að verkja hann.

"¿Soy mucho menos sensible ahora?" pensó para sí mismo.

„Er ég miklu minna viðkvæmur núna?" hugsaði hann með sjálfum sér.

Para entonces ya estaba chupando con avidez el queso.

Nú var hann þegar farinn að sjúga ákaft á ostinum.

Se sintió atraído por el queso más que por el resto de la comida.

Hann laðaðist meira að ostinum en hinum matnum.

Comió rápidamente un trozo de queso tras otro.

Hann borðaði fljótt einn ostbitann á fætur öðrum.

Sus ojos se llenaron de lágrimas de satisfacción al probarlo.

Augun hans táruðu af ánægju við bragðið af því.

Después del queso comió las verduras y la salsa.

Eftir ostinn borðaði hann grænmetið og sósuna.

Sin embargo, la comida fresca no le sabía bien.

Ferski maturinn bragðaðist honum hins vegar ekki vel.

De hecho, ni siquiera podía soportar el olor de la comida fresca.

Reyndar þoldi hann ekki einu sinni lyktina af ferskum mat.

Incluso arrastró el resto de la comida lejos de la comida fresca.

Hann dró meira að segja hinn matinn frá ferska matnum.

Y muy rápidamente terminó la comida más comestible.

Og mjög fljótt kláraði hann ætasta matinn.

Toda aquella deliciosa comida tuvo sobre él un efecto soporífero.

Allur þessi ljúffengi matur hafði syfjandi áhrif á hann.

Y él permaneció acostado perezosamente en el lugar donde había comido.

Og hann lá rólegur á þeim stað þar sem hann hafði borðað.

Finalmente su hermana regresó para ver cómo estaba nuevamente.

Að lokum kom systir hans aftur til að athuga með hann.

Tuvo la previsión de girar la llave muy lentamente.

Hún hafði þá framsýni að snúa lyklinum mjög hægt.

Esto le dio a Gregor una advertencia de que debía retirarse.

Þetta gaf Gregor viðvörun um að hann ætti að hörfa.

Aturdido y sobresaltado, se apresuró a volver debajo del sofá.

Ruglaður og hræddur hraðaði hann sér aftur undir sófann.

Pero quedarse debajo del sofá no fue tan fácil esta vez.

En það var ekki svo auðvelt að vera undir sófanum að þessu sinni.

Su cuerpo se había vuelto un poco redondeado por tanta comida.

Líkami hans var orðinn dálítið kringlóttur eftir allan matinn.

Y tuvo que controlarse para no quedarse sin nada otra vez.

Og hann þurfti að hafa hemil á sér til að hlaupa ekki út aftur.

Aunque la hermana no permaneció mucho tiempo en la habitación.

Jafnvel þótt systirin dvaldi ekki lengi í herberginu.

Le costaba respirar en ese estrecho espacio.

Hann átti erfitt með að anda undir þessu þröngu rými.

Pero él siguió adelante a pesar de los pequeños ataques de asfixia.

En hann barðist í gegnum litlu köfnunarköstin.
Con ojos desorbitados observaba las actividades de la hermana.
Með útstæð augu fylgdist hann með athöfnum systurinnar.
La hermana desprevenida vertió todo en un balde.
Grunslausa systirin hellti öllu í fötu.
Ella no sólo se deshizo de la comida que Gregor no había comido.
Hún henti ekki aðeins matnum sem Gregor hafði ekki borðað.
Pero también se deshizo de la comida que él no había tocado.
En hún fargaði sér líka við matinn sem hann hafði ekki snert.
Al parecer esa comida ya no era comestible para nadie.
Greinilega var þessi matur nú ekki lengur ætur fyrir neinn.
Luego cerró el cubo de comida con una tapa de madera.
Hún lokaði síðan matarfötunni með tréloki.
Y con la comida, el balde y el trapeador, se fue.
Og með matinn, fötuna og moppuna fór hún.
Gregor no habría podido esperar mucho más tiempo.
Gregor hefði ekki getað beðið mikið lengur.
Tan pronto como ella se fue, él se escapó de debajo del sofá.
Um leið og hún var farin slapp hann undan sófanum.
Y se estiró y resopló aliviado.
Og hann teygði sig út og andvarpaði af létti.
Así recibía Gregorio comida de vez en cuando.
Svona fékk Gregor mat öðru hvoru héðan í frá.
Su hermana le dio de comer una vez temprano en la mañana.
Systir hans gaf honum mat einu sinni snemma morguns.
A esta hora los padres y la criada todavía dormían.
Á þessum tíma voru foreldrarnir og vinnukonan enn sofandi.
Y recibió una segunda comida después de que todos almorzaron.
Og hann fékk aðra máltíð eftir að allir höfðu borðað hádegismat.
Porque en ese momento los padres también durmieron un rato.
Því að á þeim tíma sváfu foreldrarnir líka um stund.

Y la doncella fue enviada por su hermana a hacer algún recado.
Og vinnukonan var send burt af systurinni í einhver erindi.
Ciertamente no tenían intención de dejar morir de hambre a Gregor.
Þau höfðu alls ekki í hyggju að svelta Gregor.
Pero tampoco hubieran querido verlo comer.
En þau hefðu ekki viljað horfa á hann borða heldur.
Lo que mencionó la hermana fue suficiente información.
Það sem systirin nefndi voru nægar upplýsingar.
Quizás era su manera de ahorrarles dolor a los padres.
Kannski var þetta hennar leið til að spara foreldrunum sorgina.
Ya habían sufrido bastante por sus acciones.
Þau höfðu þegar þjáðst nóg af gjörðum hans.

El primer día se iba convirtiendo poco a poco en un recuerdo lejano.
Fyrsti dagurinn var smám saman að verða að fjarlægri minningu.
Gregor no tenía forma de saber lo que pasó ese día.
Gregor hafði enga leið til að vita hvað hafði gerst þann dag.
¿Cómo fue guiado el cerrajero fuera del apartamento?
Hvernig var lásasmiðnum vísað út úr íbúðinni?
¿Con qué excusas quedó finalmente satisfecho el médico?
Með hvaða afsökunum var læknirinn að lokum ánægður?
No había encontrado ningún modo de hacerse entender.
Hann hafði enga leið fundið til að gera sig skiljanlegan.
Ni siquiera logró comunicarse con su hermana.
Honum tókst ekki einu sinni að eiga samskipti við systur sína.
Y entonces pensaron que no podía entenderlos.
Og því héldu þeir að hann gæti ekki skilið þá.
Y por eso no se hizo ningún esfuerzo para hablar con él.
Og þess vegna var engin tilraun gerð til að tala við hann.
Su hermana entraba en su habitación todas las mañanas y a la hora del almuerzo.

Systir hans kom inn í herbergið hans á hverjum morgni og í hádeginu.

Pero él tuvo que contentarse con escuchar sus suspiros.

En hann varð að láta sér nægja að heyra andvarp hennar.

Más tarde se acostumbró un poco más a la forma de Gregor.

Seinna vandist hún aðeins betur form Gregors.

Y se sintió un poco más libre para hacer más comentarios.

Og hún fann fyrir aðeins meira frelsi til að koma með fleiri athugasemdir.

(Aunque nunca se acostumbraría del todo a él.)

(Þó hún myndi aldrei venjast honum alveg.)

Y entonces Gregor se sintió nuevamente hablado un poco más.

Og þá fannst Gregor aftur að hann væri aðeins meira talaður til hans.

Y captó lo que percibió como comentarios amistosos.

Og hann greip það sem hann skynjaði sem vingjarnlegar athugasemdir.

"Disfrutó su comida hoy" o "comió todo".

„Hann naut matarins í dag“ eða „hann borðaði allt“.

Pero eso fue sólo cuando hubo comido toda su comida.

En það var ekki fyrr en hann hafði borðað allan matinn sinn.

Pero últimamente esto se está volviendo cada vez menos frecuente.

En undanfarið hefur þetta orðið sjaldgæfara og sjaldgæfara.

"Apenas tocaba la comida", decía ella con más frecuencia ahora.

„Hann snerti varla matinn sinn,“ sagði hún oftar núna.

Y había un toque de tristeza en su voz cada vez.

Og í hvert skipti var dálítill sorgarsmekkur í röddinni.

Gregor no pudo escuchar ninguna otra noticia más directamente.

Gregor gat ekki heyrt aðrar fréttir beint.

Pero escuchó muchas noticias de las habitaciones contiguas.

En hann heyrði margar fréttir úr herbergjunum við hliðina á honum.

Al oír voces corrió hacia la puerta correspondiente.

Þegar hann heyrði raddir hljóp hann að samsvarandi dyrum.

Y apretó todo su cuerpo contra la puerta para escuchar.

Og hann þrýsti öllum líkama sínum að dyrunum til að hlusta.

Todas las conversaciones le concernían de una manera u otra.

Allar samræðurnar snerust um hann á einn eða annan hátt.

Incluso cuando el tema parecía ser sobre otra cosa.

Jafnvel þegar umræðuefnið virtist snúast um eitthvað annað.

Esta observación fue especialmente cierta en los primeros tiempos.

Þessi athugun átti sérstaklega við í upphafi.

Durante cada comida repetían la misma discusión.

Í hverri máltíð endurtóku þau sömu umræðuna.

Todavía no estaban seguros de cómo comportarse a su alrededor.

Þau voru enn óviss um hvernig þau ættu að haga sér í kringum hann.

Pero el mismo tema también se discutió entre comidas.

En sama efni var einnig rætt milli mála.

Porque siempre había dos miembros de la familia en casa.

Því það voru alltaf tveir fjölskyldumeðlimir heima.

Nadie quería quedarse solo en la casa.

Enginn vildi vera einn í húsinu.

Pero dejar el piso vacío tampoco era una opción.

En að skilja íbúðina eftir tóma kom heldur ekki til greina.

La criada era la única que no estaba atada al apartamento.

Þernan var sú eina sem ekki var bundin við íbúðina.

Ella ya había pedido irse el primer día.

Hún hafði þegar beðið um að fara strax á fyrsta degi.

Ella se puso de rodillas y pidió que la despidieran.

Hún kraup niður og bað um að vera rekin.

La familia no sabía cuánto sabía realmente la criada.

Fjölskyldan vissi ekki hversu mikið vinnukonan vissi í raun og veru.

En ese momento ella no había visto más que nadie.

Á þeim tímapunkti hafði hún ekki séð meira en nokkur annar.

Lo sucedido todavía era un misterio para la familia.

Það sem hafði gerst var enn ráðgáta fyrir fjölskylduna.
Pero un cuarto de hora después se despidió.
En fjórðungsstund síðar kvaddi hún hana.
Y agradeció a la familia con lágrimas en los ojos.
Og hún þakkaði fjölskyldunni með tárin í augunum.
Pero en realidad les agradeció por haberla liberado.
En í raun þakkaði hún þeim fyrir að hafa sleppt henni.
Parecían haberle mostrado la mayor bondad.
Þau virtust hafa sýnt henni hina mestu góðvild.
Incluso hizo un juramento sin que se lo pidieran.
Hún sór meira að segja eið, án þess að vera beðin um það.
Dijo que no le contaría a nadie lo que había sucedido.
Hún sagðist ekki ætla að segja neinum frá því sem hefði gerst.
Ahora la hermana tenía que cocinar junto con su madre.
Nú þurfti systirin að elda saman með mömmu sinni.
Pero esto realmente no era un gran inconveniente.
En þetta var nú ekki alveg of mikil óþægindi.
Porque de todas formas los dos no comían casi nada.
Því þau tvö borðuðu nánast ekkert hvort eð er.
Gregor escuchó una y otra vez la misma conversación.
Aftur og aftur heyrði Gregor sama samtalið.
Una persona le decía a otra que tenía que comer más.
Annar aðilinn var að segja hinum að hann þyrfti að borða meira.
Pero esa persona no recibió ninguna respuesta de la persona.
En sá aðili fékk ekkert svar frá viðkomandi.
"Gracias, tengo suficiente", o algo similar.
„Takk fyrir, ég hef nóg“ eða eitthvað álíka.
Quizás ya no bebían nada tampoco.
Kannski drukku þau heldur ekkert lengur.
La hermana a menudo le preguntaba a su padre si quería cerveza.
Systirin spurði pabba sinn oft hvort hann vildi bjór.
Y ella misma se ofreció calurosamente a ir a buscar la cerveza.
Og hún bauðst hlýlega til að sækja bjórinn sjálf.
El padre siempre permanecía en silencio ante su petición.

Faðirinn þagði alltaf að beiðni hennar.

Así que la hermana tuvo que encontrar una manera de eliminar cualquier duda.

Systirin þurfti því að finna leið til að eyða öllum vafa.

Y ella dijo que enviaría a la criada a buscar algo de cerveza.

Og hún sagðist ætla að senda vinnukonuna til að sækja bjór.

Pero entonces el padre finalmente dijo un gran y rotundo "no".

En þá sagði faðirinn loksins stórt og ákveðið „nei“.

Luego ya no se volvió a mencionar el tema de tomar una cerveza.

Þá var ekki lengur minnst á það að hann fengi sér bjór.

Ya había explicado anteriormente la situación financiera.

Hann hafði þegar útskýrt fjárhagsstöðuna áður.

De hecho, mencionó las finanzas el primer día.

Reyndar nefndi hann fjármálin strax á fyrsta degi.

Les hizo saber perfectamente cuáles eran las perspectivas.

Hann gerði þeim vel grein fyrir því hverjar horfurnar væru.

Su propio negocio se había derrumbado hacía unos cinco años.

Eigin fyrirtæki hans fór á hausinn fyrir um fimm árum.

De vez en cuando se levantaba para abandonar la mesa.

Öðru hvoru stóð hann upp til að fara frá borðinu.

Y se dirigió a la caja registradora de su antiguo negocio.

Og hann fór að kassanum í gamla fyrirtækinu sínu.

Había salvado la caja registradora por sentimentalismo.

Hann hafði bjargað kassanum af tilfinningasömum ástæðum.

Gregor lo oyó abrir una cerradura pesada y complicada.

Gregor heyrði hann opna þungan og flókinn lás.

Y sacó recibos y libros de la caja.

Og hann tók kvittanir og bækur úr peningakassanum.

Después de tomar los objetos volvió a cerrar la caja fuerte.

Eftir að hafa tekið hlutina læsti hann peningakassanum aftur.

Gregor no había tenido buenas noticias desde su encarcelamiento.

Gregor hafði ekki heyrt neinar góðar fréttir síðan hann var fangelsaður.

Pensó que el negocio había llevado a la quiebra a su padre.
Hann taldi að fyrirtækið hefði gjaldþrotað föður hans.
El padre seguramente le había dado esa impresión a Gregor.
Faðirinn hafði vissulega gefið Gregor þá hugmynd.
Y Gregor nunca le preguntó más sobre las finanzas.
Og Gregor spurði hann aldrei meira um fjármálin.
Gregor quería hacer todo lo posible para ayudar a la familia.
Gregor vildi gera allt sem hann gat til að hjálpa fjölskyldunni.
Quería ayudarlos a olvidar la desgracia empresarial.
Hann vildi hjálpa þeim að gleyma viðskiptaóhöppunum.
La quiebra que provocó la desesperanza más completa.
Gjaldþrotið sem leiddi til algjörs vonleysis.
Así que empezó a trabajar con una pasión muy especial.
svo hann fór að vinna af mjög sérstakri ástríðu.
Se había convertido en un vendedor ambulante casi de la noche a la mañana.
Hann varð ferðasölumaður nánast á einni nóttu.
Antes de eso, sólo había trabajado como empleado con un salario bajo.
Áður hafði hann bara unnið sem láglaunaður skrifstofumaður.
Ahora tenía oportunidades de ingresos completamente diferentes.
Nú hafði hann gjörólíka tekjumöguleika.
Las ventas exitosas podrían convertirse inmediatamente en efectivo.
Vel heppnuð sala gæti strax verið breytt í reiðufé.
El dinero en efectivo, por supuesto, se paga con sus comisiones.
Peningarnir eru auðvitað greiddir út úr þóknun hans.
Ahora Gregor podía poner dinero en la mesa familiar.
Nú gat Gregor lagt peninga á borð fjölskyldunnar.
Y estaban asombrados y contentos con sus ganancias.
Og þeir voru undrandi og glaðir yfir launum hans.
Pero esos tiempos hermosos no se repetirán nuevamente.
En þessir fallegu tímar munu ekki endurtaka sig aftur.
Apenas se habían acostumbrado a esos buenos tiempos.
Þau voru rétt búin að venjast þessum góðu tímum.

Cada día de pago la familia aceptaba el dinero con gratitud.

Á hverjum útborgunardegi þáði fjölskyldan peningana með þökkum.

Y Gregor estaba igualmente feliz de entregar el dinero.

Og Gregor var jafn fús til að afhenda peningana.

Pero el cálido afecto que recibía a cambio fue muriendo lentamente.

En hlýja ástúðin sem sýnd var í staðinn dó hægt og rólega út.

Sólo su hermana permaneció tan cerca de Gregor como antes.

Aðeins systir hans var eins náin Gregori og áður.

Ella, a diferencia de Gregor, tenía un profundo aprecio por la música.

Hún, ólíkt Gregor, hafði djúpa ánægju af tónlist.

Y ella sabía tocar el violín de una manera muy conmovedora.

Og hún kunni að spila á fiðlu mjög snertandi.

Gregor planeó en secreto enviarla a la escuela de música.

Gregor ætlaði leynilega að senda hana í tónlistarskóla.

Aún no había decidido cómo pagaría los gastos.

Hann hafði ekki enn ákveðið hvernig hann ætlaði að greiða kostnaðinn.

Pero de una forma u otra cubriría los costos.

En með einhverjum hætti myndi hann standa straum af kostnaðinum.

De vez en cuando Gregor y su familia hacían pequeños viajes.

Stundum fóru Gregor og fjölskyldan í stuttar ferðir.

Gregor y su hermana abordaron este tema con frecuencia.

Gregor og systirin ræddu þetta oft.

Pero sólo se mencionó como una idea maravillosa.

En það var bara alltaf nefnt sem frábær hugmynd.

Realmente no creían que el sueño pudiera realizarse.

Þau trúðu því ekki í raun að draumurinn gæti ræst.

Y a los padres no les gustaban esas ambiciones fantasiosas.

Og foreldrunum líkaði ekki slíkar ímyndunarríkar metnaðarfullar væntingar.

Incluso cuando el tema se planteó de manera muy inocente.

Jafnvel þótt málið hafi verið tekið upp af mjög sakleysislegum ástæðum.

Pero Gregor seguía pensando en la escuela de música.

En Gregor hélt áfram að hugsa um tónlistarskólann.

Y tenía pensado anunciar el regalo en Nochebuena.

Og hann ætlaði að tilkynna gjöfina á aðfangadagskvöld.

Por supuesto, en su estado actual sería imposible.

Auðvitað væri það ómögulegt í núverandi ástandi hans.

Pero ese tipo de pensamientos pasaban por su cabeza.

En þess konar hugsanir fóru í gegnum höfuðið á honum.

Y tenía estos pensamientos mientras escuchaba a la familia.

Og hann hafði slíkar hugsanir þegar hann hlustaði á fjölskylduna.

A veces se cansaba demasiado para seguir escuchándolos.

Stundum varð hann of þreyttur til að halda áfram að hlusta á þau.

Su cabeza cayó contra la puerta por el cansancio.

Höfuð hans féll á dyrnar af þreytu.

Pero inmediatamente volvió a apoyar la cabeza contra la puerta.

En hann lagði strax höfuðið aftur að dyrunum.

Porque incluso el ruido más leve se podía oír afuera.

Því jafnvel minnsta hljóð heyrðist fyrir utan.

Y cualquier ruido que hacía hacía que la familia se quedara en silencio.

Og hver hávaði sem hann gaf frá sér myndi þagna í fjölskyldunni.

"¿Qué está haciendo ahora?" preguntó el padre a la familia.

„Hvað er hann að gera núna?" spurði faðirinn fjölskylduna.

Y fue a la puerta para comprobar qué era aquel ruido.

Og hann gekk að dyrunum til að athuga hvaða hávaði þetta væri.

Y luego la conversación interrumpida se reanudó gradualmente.

Og svo hófst hið rofna samtal smám saman á ný.

Pero lo que dijo el padre sorprendió positivamente a todos.

En það sem faðirinn sagði kom öllum á óvart.

Gregor ahora conoció la verdadera situación de las finanzas.
Gregor fékk nú að vita hver raunveruleg fjármálin voru.
A pesar de todas las desgracias, hubo algo de buena suerte.
Þrátt fyrir allar óheppnina var líka smá heppni.
Aún quedaba allí una muy pequeña fortuna de los viejos tiempos.
Mjög lítill auður frá fyrri tíð var enn til staðar.
El padre explicó las cosas, pero tuvo que repetirlas.
Faðirinn útskýrði hlutina en þurfti að endurtaka sig.
Porque hacía tiempo que no se ocupaba de estas cosas.
Því hann hafði ekki sinnt þessum málum um tíma.
Y porque la madre no entendía tales cosas.
Og vegna þess að móðirin skildi ekki slíkt.
Los tipos de interés del banco habían subido un poco.
Vextirnir frá bankanum höfðu hækkað lítillega.
El dinero intacto había aumentado más de lo esperado.
Ósnertir fjármunir höfðu aukist meira en búist var við.
Además Gregor siempre les había dado sus ahorros.
Auk þess hafði Gregor alltaf gefið þeim sparnaðinn sinn.
Sólo había conservado unos pocos florines para sí.
Hann hafði alltaf aðeins geymt nokkra gyllini fyrir sjálfan sig.
Y su dinero aún no se había agotado por completo.
Og peningarnir hans voru ekki heldur alveg uppurnir.
En conjunto, este dinero se había acumulado hasta formar un pequeño capital.
Samanlagt hafði þetta fé safnast upp í lítið fjármagn.
Gregor, detrás de su puerta, asintió con entusiasmo ante la noticia.
Gregor, fyrir aftan dyrnar sínar, kinkaði kolli ákaft til að heyra fréttirnar.
Le agradó esta inesperada cautela y frugalidad.
Hann var ánægður með þessa óvæntu varfærni og sparsemi.
Los fondos sobrantes podrían haberse utilizado para pagar la deuda.
Umframfé hefði mátt nota til að greiða niður skuldirnar.
Entonces ya no le deberían nada al patrón.
Þá hefðu þeir ekki skuldað yfirmanninum neitt lengur.

Y Gregor podría haber cambiado de trabajo mucho antes.
Og Gregor hefði getað farið í nýtt starf miklu fyrr.
Pero ahora la manera como el padre lo dispuso estaba mucho mejor.
En hvernig faðirinn skipulagði þetta var miklu betra núna.
El dinero no era suficiente para vivir de los intereses.
Peningarnir voru ekki alveg nógir til að lifa af vöxtunum.
Y había que reservar algo de dinero para emergencias.
Og eitthvað fé þurfti að leggja til hliðar fyrir neyðarástand.
Sólo habría sido suficiente dinero para uno o dos años.
Það hefði bara verið nóg fé í eitt eða tvö ár.
Esto significaba que alguien tenía que ganar dinero para que pudieran vivir.
Þetta þýddi að einhver þurfti að vinna sér inn peninga til að geta framfleytt sér.
El padre no estaba enfermo y era bastante fuerte.
Faðirinn var ekki óheilbrigður og hann var nógu sterkur.
Pero llevaba más de cinco años sin trabajo.
En hann hafði verið atvinnulaus í meira en fimm ár.
Y, debido a su edad, le quedaba poca confianza en sí mismo.
Og vegna aldurs síns hafði hann lítið sjálfstraust eftir.
También había engordado mucho en los últimos tiempos.
Hann hafði einnig þyngst mikið að undanförnu.
Su vida siempre había sido ardua y sin éxito.
Líf hans hafði alltaf verið erfitt og árangurslaust.
Y éstas habían sido las primeras vacaciones que había tenido.
Og þetta hafði verið fyrsta fríið sem hann hafði nokkurn tímann farið í.
Y sin estar ocupado se había vuelto bastante torpe.
Og án þess að vera haldið uppteknum var hann orðinn ansi klaufalegur.
¿Sería mejor si la anciana madre ganara el dinero?
Væri betra ef gamla móðirin hefði unnið fyrir peningunum?
La anciana madre que sufría de asma.
Gamla móðirin sem hafði verið að þjást af astma.
La anciana madre que luchaba por subir las escaleras.

Gamla móðirin sem átti erfitt með að ganga upp stigann.
La anciana madre que pasaba el tiempo tumbada en el sofá.
Gamla móðirin sem eyddi tíma sínum liggjandi á sófanum.
La anciana madre que prefería quedarse junto a la ventana.
Gamla móðirin sem vildi helst vera við gluggann.
Para poder recuperar el aliento cuando lo necesitara.
Svo hún gæti náð andanum þegar hún þurfti á því að halda.
¿Sería mejor si la hermana joven ganara el dinero?
Væri betra ef yngri systirin hefði unnið peningana?
La hermana, que a sus diecisiete años era todavía apenas una niña.
Systirin, sem var sautján ára gömul, var enn bara barn.
La hermana que sólo tuvo unos pocos placeres modestos.
Systirin sem hafði aðeins fáar hóflegar ánægjur.
La hermana a quien le gustaba principalmente tocar el violín.
Systirin sem hafði aðallega gaman af að spila á fiðlu.
Ella sabía que su anterior forma de vida era muy envidiable;
Hún vissi að fyrri lífshættir hennar voru mjög öfundsverðir;
Vestirse bien, levantarse tarde, ayudar en la casa.
Að klæða sig vel, vakna seint og hjálpa til í húsinu.
La conversación a menudo giraba en torno a la necesidad de ganar dinero.
Samræðurnar snerust oft um þörfina fyrir að vinna sér inn peninga.
Gregor siempre era el primero en soltar la puerta.
Gregor var alltaf fyrstur til að sleppa hurðinni.
La conversación lo puso caliente de vergüenza y dolor.
Samtalið olli honum miklum skömm og sorg.
Entonces se dejó caer en el refrescante sofá de cuero.
Svo kastaði hann sér ofan í svalandi leðursófann.
Y a menudo pasaba el resto de la noche en el sofá.
Og hann eyddi oft restinni af nóttinni í sófanum.
Nunca durmió realmente en el sofá, ni tampoco por la noche.
Hann svaf aldrei almennilega í sófanum, né á nóttunni.
A menudo, simplemente se quedaba rascando el cuero durante horas y horas.

Oft klóraði hann bara í leðrinu klukkustundum saman.

Otras veces empujaba el sillón hacia la ventana.

Öðrum sinnum ýtti hann hægindastólnum að glugganum.

Esto solo requirió un gran esfuerzo de su parte.

Þetta eitt og sér krafðist mikillar fyrirhafnar af hans hálfu.

El sillón le ayudó a subirse al alféizar de la ventana.

Hægindastóllinn hjálpaði honum að skríða upp á gluggakistuna.

Y desde allí pudo apoyarse en la ventana.

Og þaðan gat hann hallað sér upp að glugganum.

Solía sentir una gran sensación de libertad al hacer esto.

Hann fann fyrir miklu frelsi við að gera þetta.

Quizás estaba buscando algún viejo sentimiento liberador.

Kannski var hann að leita að einhverri gamalli frelsandi tilfinningu.

Pero su visión no era tan nítida como solía ser.

En sjón hans var ekki eins skörp og hún hafði verið.

Las cosas a cierta distancia se veían borrosas e indistintas.

Hlutir í lítilli fjarlægð voru óskýrir og óskýrir.

Ya no podía ver el hospital al otro lado de la calle.

Hann gat ekki lengur séð sjúkrahúsið hinum megin við götuna.

Antes había maldecido la vista, ahora quería verla.

Áður hafði hann formælt útsýninu, nú vildi hann sjá það.

Sabía que vivía en la tranquila y urbana Charlottenstrasse.

Hann vissi að hann bjó í hinni kyrrlátu, þéttbýlu Charlottenstrasse.

Pero podría haber pensado que estaba mirando el desierto.

En hann kann að hafa haldið að hann væri að horfa út í eyðimörkina.

Un páramo donde el cielo gris y la tierra gris se fusionaban.

Auðn þar sem grár himinn og grá jörð runnu saman.

La atenta hermana notó dos veces que la silla se había movido.

Tvisvar tók athyglissama systirin eftir því að stóllinn hafði færst til.

Después de ordenar, empujó la silla hacia la ventana.

Eftir að hafa tekið til ýtti hún stólnum aftur að glugganum.
Y a partir de ahora incluso dejó la ventana abierta.
Og héðan í frá lét hún jafnvel gluggakarminn vera opinn.
Gregor realmente hubiera deseado poder hablar con su hermana.
Gregor óskaði þess innilega að hann hefði getað talað við systur sína.
Quería agradecerle por todo lo que hizo por él.
Hann vildi þakka henni fyrir allt sem hún gerði fyrir hann.
Entonces habría tolerado más fácilmente sus servicios.
Þá hefði hann auðveldlegar þolað þjónustu þeirra.
Pero tal como estaban las cosas, él sufrió por su ayuda.
En eins og staðan var nú, þá þjáðist hann af því að hún hjálpaði honum.
La hermana, por supuesto, intentó disimular la vergüenza.
Systirin reyndi auðvitað að dylja vandræðin.
Y ella hizo todo lo posible para fingir que no se sentía agobiada.
Og hún gerði sitt besta til að láta eins og hún fyndi ekki fyrir byrði.
Por supuesto, esto es algo que tenía que practicar primero.
Auðvitað var þetta eitthvað sem hún þurfti að æfa fyrst.
Y cuanto más tiempo pasaba, mejor lo hacía.
Og því meiri tíminn leið, því betri varð hún í því.
Pero a Gregor también se le dio más tiempo para ver su pretensión.
En Gregor fékk líka meiri tíma til að sjá uppgerð hennar.
Incluso su entrada a su habitación fue una prueba para él.
Jafnvel innkoma hennar inn í herbergi hans var honum mikil raun.
Tan pronto como entró, corrió directamente a la ventana.
Um leið og hún kom inn hljóp hún beint að glugganum.
Ni siquiera se tomó el tiempo de cerrar la puerta.
Hún gaf sér ekki einu sinni tíma til að loka hurðinni.
Normalmente ella evitaba que todos vieran la habitación de Gregor.
Venjulega þyrmdi hún öllum sjóninni af herbergi Gregors.

Y abrió la ventana de golpe con manos apresuradas.
Og hún kippti upp glugganum með flýttum höndum.
Luego volvió a respirar como si se estuviera asfixiando.
Svo andaði hún aftur eins og hún hefði verið að kafna.
El aire que entraba era frío y ella respiraba profundamente.
Loftið sem kom inn var kalt og hún andaði djúpt.
Pero aún así se quedó junto a la ventana por un rato.
En engu að síður dvaldi hún við gluggann um stund.
Con esta rutina asustaba a Gregor dos veces al día.
Hún hræddi Gregor tvisvar á dag með þessari rútínu.
Mientras ella estaba en la habitación él temblaba debajo del sofá.
Meðan hún var inni í herberginu skalf hann undir sófanum.
Él sabía que a ella le habría gustado ahorrarle esa terrible experiencia.
Hann vissi að hún hefði viljað spara honum þessa raun.
Pero ella no podía estar en la habitación con la ventana cerrada.
En hún gat ekki verið inni í herberginu með lokaðan glugga.
Hubo una ocasión en que ella llegó un poco antes.
Það var einu sinni þegar hún kom aðeins fyrr.
Probablemente alrededor de un mes después de la transformación de Gregor.
Líklega um mánuði eftir umbreytingu Gregors.
Ella se había acostumbrado un poco a su nueva apariencia.
Hún hafði að einhverju leyti vanist nýja útliti hans.
Así que ya no tenía por qué estar particularmente sorprendida.
Hún hafði því enga ástæðu til að vera sérstaklega hissa lengur.
Ella lo encontró todavía mirando por la ventana, inmóvil.
Hún fann hann enn stara út um gluggann, hreyfingarlaus.
Estaba en el lugar más horrible en el que podría haber estado.
Hann var á hræðilegasta stað sem hann gat verið á.
No le habría sorprendido si ella no hubiera entrado.
Hann hefði ekki orðið hissa ef hún hefði ekki komið inn.
Donde le impidió abrir la ventana.

Þar sem hann var kominn í veg fyrir að hún gæti opnað gluggann.

Ella salió rápidamente de la habitación y cerró la puerta.

Hún fór fljótt út úr herberginu aftur og lokaði dyrunum.

Un extraño podría haber llegado a todo tipo de conclusiones.

Ókunnugur maður hefði getað komist að alls kyns ályktunum.

Quizás sólo estaba esperando la oportunidad de morderla.

Kannski var hann bara að bíða eftir tækifæri til að bíta hana.

Gregor, por supuesto, se escondió inmediatamente debajo del sofá.

Gregor faldi sig auðvitað strax undir sófanum.

Pero tuvo que esperar hasta el mediodía para que su hermana regresara.

En hann þurfti að bíða til hádegis eftir að systir hans kæmi aftur.

Y ella parecía mucho más inquieta que de costumbre.

Og hún virtist miklu órólegri en hún var venjulega.

Se dio cuenta de que verlo todavía era insoportable.

Hann áttaði sig á því að sjónin af honum var enn óbærileg.

Verlo seguiría siendo insoportable para ella.

Sjónin af honum yrði óbærileg fyrir hana.

Probablemente no podría soportar ver ninguna parte de él.

Hún þoldi líklega ekki að sjá neinn hluta af honum.

Siempre sobresalía una pequeña parte de debajo del sofá.

Lítill hluti stóð alltaf út undan sófanum.

Un día llevó una sábana sobre su espalda hasta el sofá.

Dag einn bar hann rúmföt á bakinu að sófanum.

Quería evitar que ella viera cualquier parte de él.

Hann vildi hlífa henni við því að sjá nokkurn hluta af honum.

Él dispuso la sábana de tal manera que todo él quedara oculto.

Hann lagði sængurfötin þannig að hann væri allur falinn.

Incluso si se agachara no podría verlo.

Jafnvel þótt hún beygði sig niður gæti hún ekki séð hann.

Todo el esfuerzo le llevó a Gregor más de tres horas.

Allt þetta átak tók Gregor meira en þrjár klukkustundir.

Quizás pensó que la sábana era innecesaria.

Hún kann að hafa talið rúmfötin óþörf.
Ella habría sabido que él no quería la sábana.
Hún hefði vitað að hann vildi ekki rúmfötin.
Lo hacía para su comodidad, no para la suya propia.
Hann gerði þetta henni til þæginda, en ekki sjálfum sér.
Y podría haber quitado la sábana si hubiera querido.
Og hún hefði getað fjarlægt rúmfötin ef hún hefði viljað.
Pero dejó la sábana donde Gregor la había puesto.
En hún skildi rúmfötin eftir þar sem Gregor hafði lagt þau.
Y Gregor incluso creyó haber captado una mirada de agradecimiento.
Og Gregor hélt jafnvel að hann hefði fengið þakklátt augnaráð.
Había levantado suavemente la sábana con la cabeza.
Hann hafði lyft rúmfötunum varlega upp með höfðinu.
Quería ver si a su hermana le gustaba el arreglo.
Hann vildi sjá hvort systur sinni líkaði fyrirkomulagið.

Las dos primeras semanas fueron las más difíciles para los padres.
Fyrstu tvær vikurnar voru erfiðastar fyrir foreldrana.
No pudieron animarse a entrar y verlo.
Þau gátu ekki fengið sig til að koma inn og sjá hann.
Escuchó muchas de sus conversaciones en ese momento.
Hann heyrði mörg af samræðum þeirra á þessum tíma.
Reconocieron plenamente todo lo que hacía la hermana.
Þau viðurkenndu fullkomlega allt sem systirin var að gera.
Aunque solían estar molestos con ella a menudo.
Jafnvel þótt þau hafi oft verið pirruð út í hana.
Porque ella parecía ser una chica un tanto inútil.
Vegna þess að hún hafði virst vera nokkuð gagnslaus stúlka.
Ahora eran ellos quienes esperaban al otro lado de la habitación.
Nú voru það þau sem biðu hinum megin í herberginu.
Y fue ella quien entró en la habitación a hacer todo.
Og það var hún sem fór inn í herbergið til að gera allt.
Tan pronto como salió quisieron saberlo todo.

Um leið og hún kom út vildu þau vita allt.

Tenía que decirles exactamente cómo era la habitación.

Hún þurfti að segja þeim nákvæmlega hvernig herbergið leit út.

¿Qué comió Gregor? ¿Cómo se comportó esta vez?

"Hvað borðaði Gregor? Hvernig hagaði hann sér að þessu sinni?"

"¿Quizás se notó una ligera mejoría?"

"Var kannski einhver smávægileg framför að sjá?"

La madre, por cierto, fue en realidad más valiente.

Móðirin var reyndar hugrakkari.

Y por supuesto, era su propio hijo el que estaba dentro de la habitación.

Og auðvitað var það hennar eigin sonur inni í herberginu.

En realidad quería visitar a Gregor relativamente pronto.

Hún vildi reyndar heimsækja Gregor tiltölulega fljótlega.

Pero al principio el padre y la hermana la frenaron.

En faðirinn og systirin héldu henni til baka í fyrstu.

Le dieron argumentos muy racionales para que no fuera.

Þau færðu mjög skynsamleg rök fyrir því að hún ætti ekki að fara.

Gregor escuchó con mucha atención sus razonamientos.

Gregor hlustaði mjög gaumgæfilega á röksemdafærslu þeirra.

Y él aceptó el razonamiento tanto como su madre.

Og hann samþykkti rökstuðninginn jafn mikið og móðir hans.

Pero más tarde hubo que retenerla por la fuerza.

Seinna þurfti þó að halda henni aftur með valdi.

"¡Déjame entrar con Gregor, es mi desdichado hijo!"

"Leyfðu mér inn til Gregors, hann er óheppni sonur minn!"

-¿No entiendes que tengo que ir a verlo?

„Skilurðu ekki að ég þarf að fara til hans?"

Gregor también se dejó convencer por los argumentos de su madre.

Gregor lét einnig rök móður sinnar sannfærast.

Quizás tenía razón: sería bueno que entrara.

Kannski hafði hún rétt fyrir sér; það væri gott ef hún kæmi inn.

Venir a verlo todos los días sería demasiado.
Að koma og sjá hann á hverjum degi væri allt of mikið.
Pero verlo una vez a la semana podría ser suficiente.
En það gæti verið nóg að hitta hann kannski einu sinni í viku.
Ella podría entender las cosas mucho mejor que la hermana.
Hún gæti skilið hlutina miklu betur en systirin.
A pesar de todo su coraje, ella todavía era sólo una niña.
Þrátt fyrir allt hugrekki sitt var hún enn bara barn.
Quizás la imprudencia infantil la impulsó a aceptar esa tarea.
Kannski var það barnaleg kæruleysi sem leiddi til þess að hún tók að sér verkefnið.
Pero el deseo de Gregor de ver a su madre pronto se hizo realidad.
En ósk Gregors um að sjá móður sína rættist fljótlega.
Durante el día Gregor se mantenía alejado de la ventana.
Á daginn hélt Gregor sig fjarri glugganum.
Lo hizo por consideración a sus padres.
Þetta gerði hann af tillitssemi við foreldra sína.
No tenía mucho espacio para arrastrarse por el suelo.
Hann hafði ekki mikið pláss til að skríða um á gólfinu.
Le resultaba difícil permanecer quieto durante la noche.
Honum fannst erfitt að liggja kyrr á nóttunni.
Comer ya no le producía el más mínimo placer.
Að borða veitti honum ekki lengur minnstu ánægju.
Por supuesto que tenía que encontrar alguna manera de distraerse.
Auðvitað þurfti hann að finna einhverja leið til að afvegaleiða sig.
Para entretenerse se arrastraba por las paredes.
Til að skemmta sér skreið hann upp og niður veggina.
Y también se arrastró por el techo, boca abajo.
Og hann skreið líka eftir loftinu, á hvolfi.
Estaba especialmente feliz cuando colgaba del techo.
Hann var sérstaklega ánægður þegar hann hékk úr loftinu.
Fue completamente diferente a estar tendido en el suelo.
Það var allt öðruvísi en að liggja á gólfinu.

Le resultó mucho más fácil respirar en esta posición.
Honum fannst miklu auðveldara að anda í þessari stellingu.
Una ligera pero agradable vibración recorrió su cuerpo.
Léttur en þægilegur titringur fór um líkama hans.
A veces incluso se relajaba demasiado en su felicidad.
Stundum slakaði hann jafnvel of mikið á í hamingju sinni.
A veces se distraía y se soltaba del techo.
Hann lét stundum athyglina trufla sig og sleppti loftinu.
Y para su propia sorpresa, aterrizó de nuevo en el suelo.
Og sér til mikillar undrunar lenti hann aftur á jörðinni.
Pero tenía mucho mejor control de su cuerpo que antes.
En hann hafði miklu betri stjórn á líkama sínum en áður.
Para que ahora no se haga daño con caídas tan fuertes.
Svo hann meiddi sig ekki við svona stór föll núna.
La hermana notó inmediatamente el nuevo placer de Gregor.
Systirin tók strax eftir nýju ánægjunni hjá Gregori.
Y había restos de adhesivo donde se había arrastrado.
Og það voru leifar af lími þar sem hann hafði skriðið.
Aquí nuevamente la hermana pensó en el bienestar de Gregor.
Hér hugsaði systirin aftur um velferð Gregors.
Quizás apreciaría más espacio para gatear.
Kannski myndi hann kunna að meta meira pláss til að skríða um.
Y la idea se instaló firmemente en su cabeza.
Og hugmyndin festist fast í huga hennar.
Algunos de los muebles de gran tamaño impedían su libre movimiento.
Sum af stóru húsgögnunum hindruðu frjálsa för hans.
Ya no trabajaba así que no necesitaba el escritorio.
Hann vann ekki lengur, svo hann þurfti ekki lengur á skrifborðinu að halda.
Y la caja ocupaba más espacio del necesario. ***
Og kassinn tók meira pláss en þurfti líka. ***
La hermana no era capaz de mover estas cosas sola.
Systirin gat ekki flutt þessa hluti ein.
Por supuesto que no se atrevió a pedirle ayuda al padre.

Auðvitað þorði hún ekki að biðja föðurinn um hjálp.
La criada seguramente tampoco la habría ayudado.
Vinnukonan hefði örugglega ekki heldur hjálpað henni.
La nueva criada era de hecho un año más joven que ella.
Nýja vinnukonan var reyndar ári yngri en hún.
Ella había asumido valientemente el papel de ex sirvienta.
Hún hafði hugrökklega tekið að sér hlutverk fyrrverandi
vinnukonunnar.
Pero había un privilegio que ella insistía en tener.
En það var einn forréttindi sem hún krafðist þess að hafa.
Ella quería mantener la cocina cerrada en todo momento.
Hún vildi halda eldhúsinu læstu allan tímann.
**Así que la hermana no tuvo más remedio que preguntarle a
su madre.**
Systirin hafði því ekkert annað val en að spyrja mömmu sína.
Con gritos de emocionada alegría la madre acudió a ayudar.
Með gleðiópum kom móðirin til að hjálpa.
**Pero ella se quedó en silencio en la puerta de la habitación
de Gregor.**
En hún þagnaði við dyrnar að herbergi Gregors.
**La hermana comprobó que todo en la habitación estuviera
bien.**
Systirin athugaði hvort allt væri í lagi í herberginu.
**Gregor había tirado apresuradamente la sábana aún más
fuerte.**
Gregor hafði í flýti dregið enn þéttar á rúmfötin.
Aunque la sábana todavía parecía colocada al azar.
Þótt rúmfötin virtust samt vera tilviljanakennt raðað.
Y sólo entonces dejó que su madre entrara en la habitación.
Og þá fyrst leyfði hún mömmu sinni að koma inn í herbergið.
**Gregor también se abstuvo de espiar desde debajo de la
sábana.**
Gregor forðaðist einnig að njósna undan lakinu.
Decidió no volver a ver a su madre esta vez.
Hann ákvað að sleppa því að hitta mömmu sína að þessu
sinni.
Gregor estaba muy contento de que ella hubiera entrado.

Gregor var nógu ánægður með að hún skyldi yfirhöfuð koma inn.

"Pasa, no puedes verlo", dijo la hermana.

„Komdu inn, þú sérð hann ekki,“ sagði systirin.

Gregor supuso que ella llevaba a su madre de la mano.

Gregor gerði ráð fyrir að hún leiddi móður sína við höndina.

Entonces escuchó a las dos mujeres débiles moviendo los muebles.

Þá heyrði hann tvær veikburða konur færa húsgögnin.

La hermana parecía reclamar la mayor parte del trabajo para ella misma.

Systirin virtist gera ráð fyrir að mestu leyti vinnunni sjálf.

Su madre temía que se esforzara demasiado.

Móðir hennar óttaðist að hún myndi ofreyna sig.

Pero la hermana no hizo caso a estas advertencias.

En systirin gaf þessum viðvörunum engan gaum.

Pero incluso después de quince minutos el progreso era muy lento.

En jafnvel eftir fimmtán mínútur var framvindan mjög hæg.

No habían conseguido mover los muebles muy lejos.

Þeim hafði ekki tekist að færa húsgögnin mjög langt.

Poco a poco empezaron a sentir una sensación de derrota.

Þau voru smám saman farin að finna fyrir ósigri.

La madre fue la primera en admitir la inutilidad.

Móðirin var sú fyrsta til að viðurkenna tilgangsleysið.

"Quizás sería mejor dejar la caja aquí."

„Kannski væri betra að skilja kassann eftir hér.“

"La caja es demasiado pesada para que podamos moverla mucho más lejos".

„Kassinn er of þungur til að við getum flutt hann mikið lengra.“

"Y no terminaremos antes de que llegue tu padre."

„Og við klárum ekki áður en pabbi þinn kemur.“

Dejar la caja aquí le bloquearía aún más el camino.

„Að skilja kassann eftir hér myndi loka leið hans enn frekar.“

"¿Y podemos estar seguros de que le estamos haciendo un favor?"

„Og getum við verið viss um að við séum að gera honum greiða?“

Comenzaron a pensar que bien podría ser cierto lo opuesto.

Þau fóru að halda að hið gagnstæða gæti vel verið satt.

La visión de la pared vacía pesó mucho en su corazón.

Sýnin af tómum veggnum lagði þungt á hjarta hennar.

¿Quién diría que Gregor no se sentiría así también?

Hvað segirðu að Gregor myndi ekki líka líða svona?

"Ya está acostumbrado a los muebles de su habitación."

„Hann er orðinn vanur húsgögnunum í herberginu sínu.“

"Podría sentirse aún más abandonado en una habitación vacía".

„Hann gæti fundið sig enn meira yfirgefinn í tómu herbergi.“

Para entonces su voz se había reducido casi a un susurro.

Nú hafði rödd hennar næstum lækkað niður í hvísl.

En realidad no sabía el paradero exacto de Gregor.

Hún vissi í raun ekki nákvæmlega hvar Gregor var niðurkominn.

Ella no quería ni siquiera que él escuchara el sonido de su voz.

Hún vildi ekki einu sinni að hann heyrði rödd hennar.

Aunque ella estaba segura de que él no la entendía.

Þótt hún væri viss um að hann skildi hana ekki.

"¿No parecería como si lo hubiéramos abandonado por completo?"

„Myndi það ekki virðast eins og við höfum alveg gefist upp á honum?“

"¿No sentirá que lo estamos dejando solo?"

„Mun hann ekki finna fyrir því að við séum að skilja hann eftir einn og sér?“

"Deberíamos dejar la habitación exactamente como estaba".

„Við ættum að skilja herbergið eftir nákvæmlega eins og það var.“

"Al final Gregor volverá con nosotros como antes."

„Að lokum mun Gregor koma aftur til okkar eins og hann var.“

"Entonces encontrará que todo sigue en su lugar."

„Þá mun hann komast að því að allt er enn á sínum stað."

"Y olvidará mucho más fácilmente el período interino".

„Og hann mun gleyma millibilinu miklu auðveldara."

Cuando Gregor escuchó estas palabras se dio cuenta de algo.

Þegar Gregor heyrði þessi orð áttaði hann sig á einhverju.

Su mente se había vuelto confusa durante los últimos dos meses.

Hugur hans hafði verið ruglaður síðustu tvo mánuði.

La falta de interacción humana no había sido buena para él.

Skortur á mannlegum samskiptum hafði ekki verið honum góður.

Realmente necesitaba la vida monótona en medio de su familia.

Hann þurfti sannarlega á eintóna lífinu innan um fjölskylduna að halda.

¿Por qué si no habría hecho una exigencia tan absurda?

Hvers vegna hefði hann annars gert svona fáránlega kröfu?

¿Qué sentido tenía vaciar su habitación?

Hvaða mögulega tilgangur var í því að tæma herbergið sitt?

La cómoda habitación amueblada con muebles heredados.

Þægilegt herbergi innréttað með húsgögnum frá fyrri tíð.

¿Por qué querría convertir ese calor conocido en una cueva?

Hvers vegna skyldi hann vilja breyta þessum þekkta hlýju í helli?

Una cueva donde poder arrastrarse en todas direcciones en paz.

Helli þar sem hann gat skriðið í allar áttir í friði.

Pero una cueva en la que olvidó rápidamente su pasado humano.

En helli þar sem hann gleymdi fljótt fortíð sinni sem mannleg manneskja.

Tuvo que preguntarse si ya estaba cerca de olvidar.

Hann varð að velta fyrir sér hvort hann væri þegar kominn að því að gleyma.

La voz de su madre lo había sacudido y lo había hecho recordar.

Rödd móður hans hafði hrist hann svo að hann minntist á þetta.

La voz que no había oído durante tanto tiempo.

Röddin sem hann hafði ekki heyrt svo lengi.

No había que quitar nada, todo tenía que quedar.

Ekkert átti að vera fjarlægt; allt varð að vera eftir.

Los muebles influyeron positivamente en su condición.

Húsgögnin höfðu jákvæð áhrif á ástand hans.

Y no podría vivir sin este ancla en el pasado.

Og hann gæti ekki tekist á við þetta akkeri við fortíðina.

Los muebles impedían que se arrastrara sin sentido.

Húsgögnin komu í veg fyrir að hann gæti skriðið um án vitundar.

Pero eso no fue una pérdida, sino más bien una gran ventaja.

En það var enginn tap, heldur frekar mikill kostur.

Lamentablemente la hermana tenía una opinión muy diferente.

Því miður var systirin á allt annarri skoðun.

Ella se había convertido en una especie de portavoz de Gregor.

Hún var að einhverju leyti orðin talsmaður Gregors.

Por supuesto que su opinión no era del todo injustificada.

Auðvitað var skoðun hennar ekki alveg órökstudd.

Pero aquí la opinión de su madre tuvo que ser contradicha.

En hér þurfti að mótmæla skoðun móður hennar.

Ahora no era solo la caja la que había que retirar.

Það var ekki bara kassinn sem nú þurfti að fjarlægja.

Ni su escritorio ni el armario podían permanecer allí.

Skrifborðið hans og fataskápurinn gátu ekki heldur verið þar.

Lo único imprescindible era el sofá.

Það eina sem var ómissandi var sófinn.

Ella no decidió esto sólo por desafío infantil.

Hún ákvað þetta ekki bara af barnalegri þrjósku.

Tampoco fue su recientemente adquirida confianza en sí misma.

Það var ekki heldur nýlega fengið sjálfstraust hennar.

La nueva confianza que tuvo que trabajar muy duro para ganar.
Nýja sjálfstraustið sem hún þurfti að leggja svo hart að sér til að vinna.
Aunque nadie esperaba que ella pudiera hacerlo.
Jafnvel þótt enginn hefði búist við að hún gæti gert það.
Gregor realmente necesitaba mucho espacio para gatear.
Gregor þurfti virkilega mikið pláss til að skríða.
Los muebles sólo limitaban el espacio del que disponía.
Húsgögnin takmörkuðu aðeins það pláss sem hann hafði til ráðstöfunar.
Ella podía ver estas cosas mejor que la madre.
Hún gat séð þetta betur en móðirin.
Pero quizá su espíritu romántico también jugó un papel.
En kannski spilaði rómantísk andi hennar líka hlutverk.
Las niñas de esa edad suelen desarrollar cierto entusiasmo.
Stelpur á þeim aldri fá oft ákveðinn áhuga.
Y sienten la necesidad de salirse con la suya siempre que pueden.
Og þeim finnst þeir þurfa að fá sínu framgengt hvenær sem þeir geta.
Quizás por eso quería sabotearlo en secreto.
Kannski var það þess vegna sem hún vildi leynilega spilla fyrir honum.
Es aún más aterrador cuando se arrastra por las paredes.
Hann er enn ógnvænlegri þegar hann skriðar á veggina.
Los padres ya no se atrevían a entrar en la habitación.
Foreldrarnir þorðu ekki að fara inn í herbergið lengur.
Ella realmente sería la única cuidadora de su hermano.
Hún yrði í raun eini umönnunaraðili bróður síns.
Ella no dejó que su madre la persuadiera de lo contrario.
Hún lét móður sína ekki sannfæra sig um annað.
La madre de Gregor ya se sentía incómoda en la habitación.
Móðir Gregors var þegar farin að finna fyrir óróleika í herberginu.
Pronto dejó de hablar y ayudó nuevamente a su hija.
Hún hætti fljótlega að tala og hjálpaði dóttur sinni aftur.

Con las fuerzas que les quedaban retiraron el armario.

Með þeim kröftum sem eftir voru fjarlægðu þau fataskápinn.

La cómoda era algo de lo que podía prescindir.

Kommóðan var eitthvað sem hann gæti verið án.

Pero el escritorio tendría que quedarse allí por el momento.

En skrifborðið yrði að standa í bili.

Mientras las mujeres estaban ausentes, trató de evaluar la habitación.

Meðan konurnar voru farnar reyndi hann að meta herbergið.

Y Gregor asomó la cabeza por debajo del sofá.

Og Gregor stakk höfðinu út undan sófanum.

Tenía que ver qué podía hacer con la situación.

Hann varð að sjá hvað hann gæti gert í stöðunni.

Pero fue lo más cuidadoso y considerado posible.

En hann var eins varkár og tillitssamur og hann gat.

Desgraciadamente fue la madre quien regresó primero.

Því miður var það móðirin sem kom fyrst til baka.

Grete todavía estaba moviendo el armario en la habitación de al lado.

Grete var enn að færa fataskápinn í næsta herbergi.

Pero la madre no estaba acostumbrada a ver a Gregor.

En móðirin var ekki vön að sjá Gregor.

Incluso un simple vistazo a él podría haberla enfermado.

Jafnvel aðeins svipmynd af honum hefði getað gert hana veika.

Gregor se apresuró a retroceder hasta el otro extremo del sofá.

Gregor hraðaði sér aftur á bak að hinum enda sófans.

Pero no podía retroceder y equilibrar la sábana.

En hann gat ekki hreyft sig aftur og haldið jafnvægi á rúmfötunum.

El movimiento fue suficiente para llamar la atención de la madre.

Hreyfingin var nóg til að vekja athygli móðurinnar.

Ella hizo una pausa y se quedó muy quieta por un breve momento.

Hún þagnaði og stóð mjög kyrr í stutta stund.

Luego se dio la vuelta y salió de la habitación.

Svo sneri hún sér við og fór aftur út úr herberginu.

Gregor seguía diciéndose a sí mismo que no había ocurrido nada inusual.

Gregor hélt áfram að segja sjálfum sér að ekkert óvenjulegt hefði gerst.

"Son sólo algunos muebles que se han llevado".

„Þetta eru bara einhverjir húsgögn sem hafa verið tekin burt.“

Pero pronto tuvo que admitir que los acontecimientos le afectaron.

En hann varð fljótlega að viðurkenna að atburðirnir höfðu áhrif á hann.

Las mujeres habían estado diciendo todo lo que estaban haciendo.

Konurnar höfðu verið að segja allt sem þær voru að gera.

Habían estado caminando de un lado a otro por la habitación.

Þau höfðu verið að ganga fram og til baka um herbergið.

El rayado de todos los muebles en el suelo.

Rispur á öllum húsgögnum á gólfinu.

Se sentía como si lo atacaran desde todos lados.

Honum fannst eins og verið væri að ráðast á hann úr öllum áttum.

Apretó la cabeza y las piernas lo más fuerte que pudo.

Hann dró höfuðið og fæturna inn eins fast og hann gat.

Con todas sus fuerzas presionó su cuerpo contra el suelo.

Með öllum kröftum sínum þrýsti hann líkama sínum niður á jörðina.

Sabía que no podría soportar todo esto por mucho más tiempo.

Hann vissi að hann gæti ekki þolað allt þetta mikið lengur.

Vaciaron su habitación y se llevaron todo lo que amaba.

Þau tæmdu herbergið hans og tóku allt sem honum þótti vænt um.

Ya se habían llevado la caja que contenía todas sus herramientas.

Þau höfðu þegar tekið kassann sem innihélt öll verkfærin hans.

Ahora estaban aflojando su pesado escritorio del suelo.

Nú voru þeir að losa þunga skrifborðið hans af jörðinni.

El escritorio en el que había trabajado después de regresar del trabajo.

Skrifborðið sem hann hafði unnið við eftir að hann kom heim úr vinnunni.

El escritorio en el que había escrito sus tareas comerciales.

Skrifborðið sem hann hafði skrifað viðskiptaverkefni sín á.

El escritorio en el que había hecho sus deberes en la escuela secundaria.

Borðinu sem hann hafði gert heimavinnuna sína á í menntaskóla.

Sí, ya había tenido este pupitre en la escuela primaria.

Já, hann hafði þegar átt þetta skrifborð í grunnskóla.

Realmente no tuvo tiempo de confirmar sus buenas intenciones.

Hann hafði í raun engan tíma til að staðfesta góðu fyrirætlanir þeirra.

Aunque ya casi había olvidado que estaban allí.

Þótt hann hefði næstum gleymt að þau væru þarna samt sem áður.

Porque trabajaban en silencio, por el cansancio.

Vegna þess að þau voru að vinna hljóðlega, vegna þreytu.

Estaban demasiado cansados para anunciar sus movimientos ahora.

Þau voru of þreytt til að tilkynna ferðir sínar núna.

Lo único que oyó fueron sus pesados pasos en el suelo.

Það eina sem hann heyrði voru þung fótatak þeirra á gólfinu.

Justo en ese momento estaban apoyados sobre la caja.

Á þeirri stundu voru þau stödd upp að kassanum.

Y entonces Gregor salió de debajo del sofá.

Og þá kom Gregor út undan sófanum.

Cambió la dirección en la que corría cuatro veces.

Hann breytti fjórum sinnum um stefnu sem hann var að hlaupa í.

No podía decidir qué elemento debía salvarse primero.
Hann gat ekki ákveðið hvaða hlut þurfti að bjarga fyrst.
De repente su atención se dirigió a la pared vacía.
Skyndilega vakti athygli hans athygli tóma veggsins.
Lo único que le quedó fue la fotografía de la dama con pieles.
Allt sem þau höfðu eftir hann var myndin af konunni í feldinum.
Se arrastró hasta la imagen para presionar su cuerpo contra el de ella.
Hann skreið að myndinni til að þrýsta líkama sínum upp að henni.
Y su cuerpo cubrió completamente la vista de la imagen.
Og líkami hans huldi myndina alveg.
El vaso lo sostuvo y reconfortó su vientre caliente.
Glerið hélt honum uppi og huggaði heitan maga hans.
Esta fotografía ya no se la pudieron quitar.
Þessa mynd var ekki lengur hægt að taka af honum.
Luego giró la cabeza hacia la puerta de la sala de estar.
Svo sneri hann höfðinu að stofudyrunum.
Iba a observar mientras las mujeres regresaban a la habitación.
Hann ætlaði að horfa á konurnar koma aftur inn í herbergið.
Y no descansaron mucho antes de regresar nuevamente.
Og þau hvíldu sig ekki lengi áður en þau komu aftur.
El brazo de Grete rodeaba a su madre para ayudarla a caminar.
Grete lagði arm um móður sína til að hjálpa henni að ganga.
"¿Qué nos llevamos ahora?" dijo Grete y miró a su alrededor.
„Hvað eigum við að taka nú?" sagði Grete og leit í kringum sig.
Justo en ese momento su mirada se encontró con los ojos de Gregor.
Á þeirri stundu mætti hún augnaráði Gregors.
A pesar del shock, mantuvo la presencia de ánimo.
Þrátt fyrir áfallið hélt hún hugarró.
Probablemente sólo por la presencia de su madre.

Sennilega bara vegna nærveru móður hennar.
Ella inclinó su rostro hacia su madre, cubriéndole la vista.
Hún beygði andlitið að móður sinni og huldi sjónina.
Y entonces dijo, aunque temblorosa y desconsiderada:
Og þá sagði hún, þótt skjálfandi og hugsunarlaus:
-Vamos, ¿no deberíamos volver a la sala de estar?
„Komdu nú, ættum við ekki að fara aftur inn í stofuna?"
Gregor podía comprender fácilmente las intenciones de la hermana.
Gregor gat auðveldlega skilið fyrirætlanir systurinnar.
Su primera prioridad fue poner a su madre a salvo.
Fyrsta forgangsverkefni hennar var að koma móður sinni í öruggt skjól.
Pero luego ella iba a perseguirlo desde la pared.
En þá ætlaði hún að elta hann niður af veggnum.
«¡Pues claro que puede intentarlo!», pensó Gregor para sus adentros.
„Jæja, hún getur svo sannarlega reynt!" hugsaði Gregor innra með sér.
Se sentó firmemente sobre su imagen y no renunció a ella.
Hann sat fast á myndinni sinni og gaf hana ekki upp.
Preferiría haberle saltado en la cara a la hermana.
Hann hefði frekar viljað stökkva í andlitið á systurinni.
Pero las palabras de Grete preocuparon aún más a su madre.
En orð Grétu höfðu valdið móður hennar enn meiri áhyggjum.
Ella se hizo a un lado para ver lo que le ocultaban.
Hún steig til hliðar til að sjá hvað var verið að fela fyrir henni.
Y vio la mancha marrón en el papel pintado floreado.
Og hún sá brúna blettinn á blómaskreytta veggfóðrinu.
Y ella gritó antes de darse cuenta de que era Gregor.
Og hún öskraði áður en hún áttaði sig á því að það var Gregor.
"Oh Dios", gritó con los brazos extendidos.
„Ó, guð minn," öskraði hún með útréttar hendur.
Y ella se dejó caer en el sofá como si se hubiera rendido.
Og hún féll niður í sófann eins og hún hefði gefist upp.
—¡Gregor! —gritó la hermana levantando el puño.
„Gregor!" hrópaði systirin á hann með uppréttum hnefa.

Y ella le dirigió una mirada larga, dura y penetrante.
Og hún sendi honum langt, hart og skarpt augnaráð.
Esta era la primera vez que hablaba con él directamente.
Þetta var í fyrsta skipti sem hún hafði talað við hann beint.
Corrió a la habitación de al lado para conseguir algunas sales aromáticas.
Hún hljóp inn í næsta herbergi til að ná í lyktarsalt.
Tenía que devolverle la conciencia a su madre.
Hún þurfti að vekja móður sína til meðvitundar aftur.
Gregor quería ayudar, podría salvar la imagen más tarde.
Gregor vildi hjálpa, hann gæti vistað myndina síðar.
Pero él se había quedado firmemente pegado al cristal.
En hann hafði fest sig fastur í glerinu.
Entonces tuvo que apartarse usando mucha fuerza.
Hann þurfti því að rífa sig í burtu með miklu valdi.
Él también corrió a la habitación de al lado, donde estaba la hermana.
Hann hljóp líka inn í næsta herbergi, þar sem systirin var.
En el pasado podría haberle dado algún consejo.
Í gamla daga hefði hann getað gefið henni einhver ráð.
Pero ahora no podía hacer nada más que quedarse de brazos cruzados y observar.
En nú gat hann ekkert annað gert en að standa aðgerðalaus og horfa á.
Revolvió el cajón y abrió varias botellas.
Hún rótaði í gegnum skúffuna og opnaði ýmsar flöskur.
Y todavía la asustó cuando ella se dio la vuelta.
Og hann hræddi hana enn þegar hún sneri sér við.
Una botella cayó al suelo, se rompió y se astilló.
Flaska féll á gólfið, brotnaði og klofnaði.
Una astilla de vidrio golpeó la cara de Gregor y lo hirió.
Glerflís lenti í andliti Gregors og særði hann.
La botella contenía algún tipo de líquido cáustico.
Í flöskunni hafði verið einhvers konar ætandi vökva.
Y ahora el líquido corrosivo quemaba la cara de Gregor.
Og nú brann ætandi vökvinn í andlit Gregors.

Sin embargo, la hermana no tenía tiempo para Gregor en ese momento.

Systirin hafði hins vegar engan tíma fyrir Gregor núna.

Ella recogió tantas botellas como pudo.

Hún tók upp eins margar flöskur og hún gat.

Y ella corrió de nuevo hacia su madre con la medicina.

Og hún hljóp aftur til mömmu sinnar með lyfin.

Ella cerró la puerta con el pie, dejando afuera a Gregor.

Hún skellti hurðinni á afturendanum með fætinum og lokaði Gregor úti.

Ahora estaba separado de su madre, que estaba potencialmente moribunda.

Hann var nú aðskilinn frá móður sinni, sem var hugsanlega deyjandi.

Si abriera la puerta, echaría a la hermana.

Ef hann opnaði dyrnar myndi hann reka systurina í burtu.

Pero por supuesto tuvo que quedarse para cuidar a la madre.

En auðvitað þurfti hún að vera eftir til að annast mömmuna.

Ya no podía hacer nada más que esperarlos.

Nú gat hann ekkert annað gert en að bíða eftir þeim.

Acosado por el autorreproche y la ansiedad, comenzó a gatear.

Hrjáður af sjálfsásökun og kvíða fór hann að skríða.

Se arrastró por todas partes: las paredes, los muebles, el techo.

Hann skreið alls staðar; veggi, húsgögn, loft.

Sintió como si toda la habitación girara a su alrededor.

Honum fannst eins og allt herbergið væri að snúast í kringum hann.

Finalmente, desesperado y mareado, volvió a caer.

Loksins, í örvæntingu og svima, féll hann aftur niður.

Y cayó justo encima de la gran mesa del comedor.

Og hann féll beint ofan á stóra borðstofuborðið.

Pasó algún tiempo tendido allí, entumecido e incapaz de moverse.

Hann lá þarna um tíma, dofinn og ófær um að hreyfa sig.

Estaba exhausto por todo lo que el día le había traído.

Hann var úrvinda eftir allt sem þessi dagur hafði borið yfir hann.

Todo estaba tranquilo, pero tal vez eso era una buena señal.

Það var hljótt allt í kring, en það var kannski gott teikn.

Entonces, rompiendo el silencio, sonó el timbre de la puerta de afuera.

Þá, sem rauf þögnina, hringdi dyrabjallan fyrir utan.

La criada, por supuesto, se había encerrado en su cocina.

Vinnukonan hafði auðvitað læst sig inni í eldhúsinu sínu.

Así que la hermana era la única que podía abrir la puerta.

Svo var systirin sú eina sem gat opnað dyrnar.

"¿Qué pasó?" fue lo primero que preguntó el padre.

„Hvað gerðist?“ var það fyrsta sem faðirinn spurði.

La aparición de Grete probablemente le había dicho todo.

Útlit Grétu hafði líklega sagt honum allt.

La voz de Grete se volvió apagada y apagada mientras hablaba.

Rödd Grétu varð dauf og dauf er hún talaði.

Ella debió haber presionado su cara contra el pecho de su padre.

Hún hlýtur að hafa þrýst andlitinu að brjósti föður síns.

"La madre estaba inconsciente, pero ahora se siente mejor".

„Mamma var meðvitundarlaus en henni líður betur núna.“

—Gregor ha escapado —añadió, tal como él esperaba.

„Gregor er sloppinn,“ bætti hún við, sem hann hafði búist við.

"Siempre te dije que algún día se escaparía."

„Ég hef alltaf sagt þér að hann myndi sleppa einn daginn.“

—Pero vosotras, las mujeres, no quisisteis escucharme, ¿verdad?

„En þið konur vilduð ekki hlusta á mig, er það ekki?“

Gregor se dio cuenta rápidamente de cómo vería las cosas su padre.

Gregor áttaði sig fljótt á því hvernig faðir hans myndi líta á hlutina.

Había malinterpretado el mensaje demasiado breve de Grete.

Hann hafði misskilið of stutta skilaboð Grétu.

Supuso que Gregor había cometido algún acto de violencia.

Hann gerði ráð fyrir að Gregor hefði framið einhvern ofbeldisverk.

Gregor tenía que encontrar una manera de apaciguar a su padre de alguna manera.

Gregor þurfti að finna leið til að friða föður sinn á einhvern hátt.

Porque no tuvo tiempo de explicarle las cosas.

Vegna þess að hann hafði ekki tíma til að útskýra hlutina fyrir honum.

Pero de todos modos no habría podido explicar las cosas.

En hann hefði hvort eð er ekki getað útskýrt hlutina.

Entonces huyó hacia la puerta y se pegó a ella.

Svo flýði hann að dyrunum og þrýsti sér upp að þeim.

De esa manera su padre podría verlo desde la antesala.

Þannig gat faðir hans séð hann úr forstofunni.

Y podría ver que tenía las mejores intenciones.

Og hann gæti séð að hann hafði bestu fyrirætlanir.

No había necesidad de empujarlo con una escoba.

Það var engin þörf á að ýta honum til baka með kústi.

Lo único que el padre habría tenido que hacer era abrir la puerta.

Það eina sem pabbinn hefði þurft að gera var að opna dyrnar.

Pero él no estaba de humor para notar tales sutilezas.

En hann var ekki í skapi til að taka eftir slíkum smáatriðum.

"¡Ahí estás!" exclamó nada más entrar.

„Þarna ertu!" hrópaði hann um leið og hann kom inn.

Era como si estuviera enojado y feliz al mismo tiempo.

Það var eins og hann væri reiður og glaður í senn.

Echó la cabeza hacia atrás y miró al padre.

Hann dró höfuðið aftur og leit upp til föðurins.

No se había imaginado que su padre estuviera allí así.

Hann hafði ekki ímyndað sér að pabbi sinn stæði þarna svona.

Pero en los últimos tiempos había encontrado una nueva distracción.

En hann hafði, að undanförnu, fundið nýja afþreyingu.

Gatear ahora ocupaba gran parte de su día.

Að skríða um tók nú upp stóran hluta dagsins hans.

Antes, él estaba al tanto de todas las novedades que ocurrían en el apartamento.

Áður fylgdist hann með öllum fréttum í íbúðinni.

Pero últimamente no había estado prestando tanta atención.

En hann hafði ekki verið að fylgjast eins vel með þessu upp á síðkastið.

Debería haber estado preparado para afrontar los cambios.

Hann hefði átt að vera viðbúinn breytingum.

Sin embargo, ¿era este hombre que tenía delante todavía el padre?

Engu að síður, var þessi maður á undan honum enn faðirinn?

¿Era él el mismo hombre que solía yacer cansado en su cama?

Var þetta sami maðurinn sem lá þreyttur í rúminu sínu?

Cuando Gregor ya se había ido de viaje de negocios.

Þegar Gregor var þegar farinn í viðskiptaferð.

¿Era él el mismo hombre que lo saludaba por las noches?

Var þetta sami maðurinn sem heilsaði honum á kvöldin?

Cuando estaba en bata en su sillón.

Þegar hann var í náttsloppnum sínum í hægindastólnum sínum.

¿Era el mismo hombre que no pudo levantarse a darle la bienvenida?

Var þetta sami maðurinn sem gat ekki staðið upp til að taka á móti honum?

Entonces, permaneciendo sentado, levantó el brazo en señal de alegría.

Svo, sitjandi sat hann áfram og lyfti hendinni sem gleðimerki.

¿Era el mismo hombre con el que salía a caminar de vez en cuando?

Var þetta sami maðurinn sem hann fór í gönguferðir með öðru hvoru?

En raras ocasiones: algunos domingos al año o días festivos.

Í sjaldgæfum tilfellum: nokkra sunnudaga á ári eða á hátíðisdögum.

¿Era el mismo hombre que caminaba envuelto en su abrigo?

Var hann sami maðurinn sem gekk, vafinn í yfirhöfn sína?

¿Avanzó lentamente, entre la madre y él?

Fékk hann hægt og rólega fæðingu, á milli hans og móðurinnar?

Y ellos ya caminaban lentamente por causa de él.

Og þau gengu þegar hægt vegna hans.

Pero ahora este hombre estaba de pie, fuerte y erguido.

En nú stóð þessi maður sterkur og uppréttur.

Estaba vestido con un uniforme azul con botones dorados.

Hann var klæddur í bláan einkennisbúning með gullhnappum.

Botones que llevan los empleados de las instituciones bancarias.

Hnappar sem starfsmenn bankastofnana bera.

Por encima del rígido cuello emergía su fuerte papada.

Upp fyrir stífa kragann sást sterk tvöföld höku hans.

Bajo sus pobladas cejas se asomaban sus ojos negros.

Undir þykkum augabrúnum hans gægðust svört augun út.

Ahora sus ojos parecían penetrantes, frescos y alertas.

Nú virtust augu hans skarpskygg, fersk og vakandi.

El cabello blanco, anteriormente despeinado, fue peinado hacia abajo.

Hvíta hárið, sem áður hafði verið óreiðukennt, var greitt niður.

Y su cabello ahora tenía una meticulosa raya central.

Og hárið á honum var nú með nákvæmum miðjuskipting.

Arrojó su sombrero, que estaba adornado con un monograma dorado.

Hann kastaði hattinum sínum, sem var festur með gullmerki.

Probablemente era el monograma del banco en el que trabajaba.

Þetta var líklega eintak bankans sem hann vann fyrir.

Y el sombrero aterrizó en el sofá, para guardarlo más tarde.

Og hatturinn lenti á sófanum, til að vera lagður til hliðar síðar.

Empujó hacia atrás la parte inferior de la larga chaqueta del uniforme.

Hann ýtti neðsta hluta langa einkennisbúningjakkans til baka.

Y metió los pulgares en los bolsillos de sus pantalones.
Og hann stakk þumalfingrunum í vasana á buxunum sínum.
Y luego, con cara sombría, caminó hacia Gregor.
Og svo gekk hann í átt að Gregori með hörkulegt andlit.
Probablemente ni siquiera sabía lo que planeaba hacer.
Hann vissi líklega ekki einu sinni hvað hann ætlaði sér að gera.
Pero aún así levantó los pies inusualmente alto.
En engu að síður lyfti hann fótunum óvenju hátt.
Gregor estaba asombrado por el enorme tamaño de sus botas.
Gregor var undrandi á gríðarstórum stígvélum sínum.
Pero realmente no había tiempo para maravillarse con sus zapatos.
En það var í raun enginn tími til að dást að skónum hans.
El padre había decidido aplicar una disciplina muy estricta.
Faðirinn hafði ákveðið mjög strangan aga.
Para Gregor sólo era apropiada la mayor severidad.
Aðeins mesta alvarleikinn var viðeigandi fyrir Gregor.
Él lo sabía desde el primer día de su transformación.
Hann vissi þetta frá fyrsta degi umbreytingar sinnar.
Corrió hacia su padre y se detuvo cuando él se detuvo.
Hann hljóp til föður síns og stoppaði þegar hann stoppaði.
Corrió hacia él nuevamente cuando se movió de nuevo.
Hann hljóp aftur í átt að honum þegar hann hreyfði sig aftur.
El padre se detuvo un momento y Gregor también.
Faðirinn þagnaði andartak, og Gregor líka.
Y corrió hacia adelante nuevamente tan pronto como su padre se movió.
Og hann hljóp áfram aftur um leið og faðir hans hreyfði sig.
De esta manera dieron varias vueltas alrededor de la habitación.
Þannig gengu þau í hringi um herbergið nokkrum sinnum.
Nadie había conseguido aún ninguna ventaja decisiva.
Enginn hafði enn náð afgerandi forskoti.
No se podría haber tenido la impresión de una persecución.

Maður gat ekki fengið þá hugmynd að um eftirför væri að ræða.

Porque todo el acontecimiento se estaba produciendo demasiado lentamente.

Vegna þess að allur atburðurinn gekk alltof hægt fyrir sig.

Gregor había decidido quedarse en tierra.

Gregor hafði ákveðið að hann ætlaði að vera áfram á jörðinni.

Podría haber corrido por las paredes y a lo largo del techo.

Hann gæti hafa hlaupið upp veggina og meðfram loftinu.

Pero no quería provocar al padre innecesariamente.

En hann vildi ekki ögra föðurnum að óþörfu.

Una huida así podría haber parecido especialmente perversa.

Slíkur flótti hefði getað virst sérstaklega ógnvænlegur.

Gregor admitió que esta persecución no podía durar mucho más.

Gregor viðurkenndi að þessi eftirför gæti ekki varað mikið lengur.

Cada paso debía ir acompañado de una miríada de movimientos.

Hvert skref þurfti að mæta með ótal hreyfingum.

Ya empezaba a sentir falta de aire.

Hann var þegar farinn að finna fyrir mæði.

Incluso antes nunca había tenido unos pulmones completamente confiables.

Jafnvel áður hafði hann aldrei alveg traustvekjandi lungu.

Avanzó tambaleándose, guardando sus fuerzas para la carrera.

Hann staulaðist áfram og geymdi kraftana fyrir hlaupið.

Estaba tan cansado que apenas podía mantener los ojos abiertos.

Hann var svo þreyttur að hann gat varla haldið augunum opnum.

Sus pensamientos se volvieron demasiado lentos para pensar en otras escapatorias.

Hugsanir hans urðu of hægar til að hann gæti hugsað um aðrar flóttaleiðir.

Casi había olvidado que los muros estaban a su disposición.

Hann hafði næstum gleymt að veggirnir voru tiltækir honum.

Pero de todos modos las paredes estaban ocultas detrás de los muebles.

En veggirnir voru samt sem áður faldir á bak við húsgögn.

Y los muebles tenían demasiadas muescas y protuberancias.

Og húsgögnin voru með of mörg hak og útskot.

Y luego, justo a su lado, rodando, había una manzana.

Og þá, rétt við hliðina á honum, að rúlla sér, var epli.

La manzana debió haberle sido arrojada, se dio cuenta.

Eplið hlýtur að hafa verið kastað í hann, áttaði hann sig á.

Pero no tuvo tiempo de pensar antes de que llegara otra manzana.

En hann hafði engan tíma til að hugsa sig um áður en annað epli kom.

Gregor se quedó paralizado por la nueva estrategia del padre.

Gregor stóð steinhissa yfir nýju aðferð föðurins.

Ya no podía ganar nada intentando huir.

Hann gat ekki lengur fengið neitt út úr því að reyna að hlaupa.

El padre había decidido bombardearlo con fruta.

Faðirinn hafði ákveðið að sprengja hann með ávöxtum.

Se había llenado los bolsillos con lo que había en el frutero de la cocina.

Hann hafði fyllt vasana sína úr ávaxtaskálinni í eldhúsinu.

Sin apuntar especialmente, lanzó manzana tras manzana.

Án þess að miða sérstaklega kastaði hann epli á fætur öðru.

Estas pequeñas manzanas rojas rodaban por el suelo.

Þessi litlu rauðu epli veltust um á jörðinni.

Como si estuvieran electrificadas, las manzanas chocaron entre sí.

Eins og rafmagnað rekust eplin hvert á annað.

Una de las manzanas lanzadas débilmente rozó la espalda de Gregor.

Eitt af eplunum, sem máttlaust voru kastað, strauk Gregors á bakinu.

Afortunadamente para él, la manzana se deslizó sin sufrir daño.

Sem betur fer fyrir hann rann eplið af án þess að skaðað væri.
Sin embargo, la manzana lanzada después fue más precisa.
Eplið sem kastað var á eftir var þó nákvæmara.
Y esta manzana se alojó profundamente en la espalda de Gregor.
Og þetta epli festist djúpt í baki Gregors.
Gregor quería alejarse del dolor.
Gregor langaði til að draga sig burt frá sársaukanum.
Quizás se pueda escapar de este nuevo e increíble dolor.
Kannski væri hægt að sleppa við þennan nýja, ótrúlega sársauka.
Quizás un cambio de ubicación aliviaría su agonía.
Kannski myndi breyting á staðsetningu lina kvöl hans.
Pero se sentía como si lo hubieran clavado al suelo.
En honum fannst eins og hann hefði verið negldur niður á gólfið.
Se estiró, pero sólo debido a su confusión.
Hann teygði sig út, en aðeins vegna ruglings síns.
Sólo con su última mirada vio que la puerta se abría.
Það var ekki fyrr en í síðasta sinn sem hann sá hurðina opnast.
La madre corrió hacia su hermana, que gritaba.
Móðirin hljóp út fyrir framan öskrandi systurina.
La hermana la había desnudado, por lo que estaba en camisa.
Systirin hafði afklædd hana, svo hún var í skyrtunni sinni.
Había necesitado respirar en su inconsciencia.
Hún hafði þurft á öndunarrými að halda í meðvitundarleysi sínu.
Todavía veía cómo la madre corría hacia el padre.
Hann sá enn hvernig móðirin hljóp í átt að föðurnum.
Sus faldas se deslizaron hasta el suelo, una tras otra.
Pils hennar féllu til gólfsins, hvert á fætur öðru.
La vio acercarse al padre y tropezar con su falda.
Hann sá hana nálgast föðurinn og hrasa á pilsinu sínu.
Abrazándolo, pidió que le perdonaran la vida a Gregor.
Hún faðmaði hann og bað um að lífi Gregors yrði þyrmt.
En completa unión con su cuerpo, su vista falló.

Í algjörri sameiningu við líkama sinn bilaði sjónin.

Tercera parte
Þriðji hluti

Gregor sufrió la grave lesión durante más de un mes.
Gregor hlaut alvarleg meiðsli í meira en mánuð.
La manzana quedó incrustada; nadie se atrevió a sacarla.
Eplið sat fast í því; enginn þorði að fjarlægja það.
La manzana permaneció en su carne como un recordatorio visible.
Eplið varð eftir í holdi hans sem sýnileg áminning.
Pero la manzana también sirvió como recordatorio para el padre.
En eplið þjónaði einnig sem áminning fyrir föðurinn.
Se dio cuenta de que no debía tratar a Gregor como a un enemigo.
Hann áttaði sig á því að Gregor ætti ekki að vera meðhöndlaður eins og óvinur.
Actualmente su apariencia puede ser triste y repugnante.
Eins og er gæti útlit hans verið dapurlegt og ógeðslegt.
Pero aún así, seguía siendo un miembro de su familia.
En engu að síður var hann enn meðlimur fjölskyldu þeirra.
Había que aceptar la reticencia y tolerarla.
Tregðuna þurfti að kyngja og umburðarlynda.
Debido a su herida, es posible que haya perdido su movilidad para siempre.
Vegna sársins gæti hreyfigeta hans verið horfin að eilífu.
Todavía gateaba por su habitación, pero mucho más lento.
Hann skreið enn um í herberginu sínu, en miklu hægar.
Arrastrarse a cualquier altura estaba fuera de cuestión.
Að skríða í nokkurri hæð kom ekki til greina.
Pero Gregor recibió algún tipo de compensación.

En Gregor fékk einhvers konar bætur.

Por la noche se le abrió la puerta del salón.

Um kvöldið voru dyrnar að stofunni opnaðar fyrir honum.

Y consideró que estas reparaciones eran completamente adecuadas.

Og hann taldi þessar bætur fullkomlega fullnægjandi.

Antes del anochecer ya había empezado a vigilar la puerta.

Fyrir kvöldið var hann þegar farinn að gæta dyranna.

Él yacía en la oscuridad, invisible desde la sala de estar.

Hann lá í myrkrinu, ósýnilegur úr stofunni.

Pudo ver a toda la familia en la mesa iluminada.

Hann gat séð alla fjölskylduna við upplýsta borðið.

Ahora se le permitió escuchar sus conversaciones.

Nú var honum leyft að hlusta á samræður þeirra.

Esto fue bastante diferente a su arreglo anterior.

Þetta var nokkuð ólíkt fyrri fyrirkomulagi þeirra.

Las animadas conversaciones de tiempos pasados habían terminado.

Líflegar samræður fyrri tíma voru á enda.

Éstas eran las conversaciones que tanto anhelaba.

Þetta voru samræðurnar sem hann þráði alltaf.

Cuando dormía solo en pequeñas habitaciones de hotel.

Þegar hann svaf einn í litlum hótelherbergjum.

Cuando tuvo que arrojarse entre las sábanas húmedas.

Þegar hann þurfti að kasta sér í raka rúmfötin.

Pero ahora las tardes eran en su mayoría tranquilas y sin acontecimientos.

En kvöldin núna voru að mestu leyti róleg og atburðalaus.

El padre se quedó dormido en su sillón después de cenar.

Pabbinn sofnaði í hægindastólnum sínum eftir kvöldmatinn.

Y la madre y la hermana se animaban mutuamente a guardar silencio.

Og móðirin og systirin hvöttu hvor aðra til að vera kyrr.

La madre, inclinada hacia la luz, cosía lino.

Móðirin, sem hallaði sér langt yfir ljósið, saumaði lín.

Ahora ella hace vestidos para una de las tiendas de moda.

Hún saumaði kjóla fyrir eina af tískuverslpununum núna.

Al igual que Gregor, la hermana había conseguido un trabajo como vendedora.
Eins og Gregor hafði systirin ráðið sig sem sölukona.
Ella estaba aprendiendo taquigrafía y francés por las tardes.
Hún var að læra stuttritun og frönsku á kvöldin.
Para que más adelante pudiera tal vez conseguir un mejor puesto de trabajo.
Svo að hún gæti kannski fengið betri vinnu síðar.
A veces el padre se despertaba de sus siestas nocturnas.
Stundum vaknaði faðirinn af kvöldlúrum sínum.
"¡Cariño, ya llevas un buen rato cosiendo hoy!"
"Elskan, þú ert búin að vera að sauma svo lengi í dag!"
Parecía haber olvidado que había estado durmiendo.
Hann virtist hafa gleymt því að hann hafði verið að sofa.
Pero inmediatamente volvió a caer en un sueño profundo.
En hann féll strax aftur í svefninn.
Y la madre y la hermana se sonrieron cansadamente.
Og móðirin og systirin brostu þreytulega hvor til annarrar.
El padre había desarrollado una extraña y nueva terquedad.
Faðirinn hafði þróað með sér nýja undarlega þrjósku.
Incluso en casa se negó a quitarse el uniforme de sirviente.
Jafnvel heima neitaði hann að fara úr þjónustubúningnum.
Y su bata colgaba inútilmente en la percha.
Og náttkjóllinn hans hékk ónothæfur á herðatrénu.
Así pues, el padre dormía, completamente vestido, en su sillón.
Svo svaf faðirinn, fullklæddur, í hægindastólnum sínum.
Era como si siempre estuviera dispuesto a prestar su servicio.
Það var eins og hann væri alltaf reiðubúinn að gegna þjónustu sinni.
Como si estuviera esperando la voz de su superior.
Eins og hann væri bara að bíða eftir rödd yfirmanns síns.
Esto provocó que su uniforme perdiera su limpieza.
Þetta leiddi til þess að búningur hans missti hreinleika sinn.
Aunque el uniforme tampoco era nuevo cuando lo recibió.
Þótt einkennisbúningurinn hafi ekki verið nýr þegar hann fékk hann heldur.

Y la madre hizo todo lo posible para cuidar el uniforme.
Og móðirin gerði sitt besta til að hugsa vel um
einkennisbúninginn.
Gregor pasaba tardes enteras mirando este uniforme.
Gregor eyddi heilum kvöldum í að horfa á þennan búning.
Observó cómo el anciano dormía de manera muy incómoda.
Hann horfði á gamla manninn sofa óþægilega.
Pero mientras dormía también notó algo pacífico.
En í svefni sínum tók hann líka eftir einhverju friðsælu.
Cuando el reloj dio las diez la madre intentó despertarlo.
Þegar klukkan sló tíu reyndi móðirin að vekja hann.
Ella habló en voz baja y lo convenció de ir a la cama.
Hún talaði lágt og fékk hann til að fara að sofa.
Porque dormir en el sillón no era dormir de verdad.
Því að sofa í hægindastólnum var ekki alvöru svefn.
Iba a tener que empezar a trabajar a las seis en punto.
Hann átti að byrja að vinna klukkan sex.
Así que realmente necesitaba dormir lo mejor posible.
Þannig að hann þurfti virkilega að fá sem bestan svefn.
Pero una nueva forma de terquedad se apoderó de él.
En hann hafði verið gripinn af nýrri tegund þrjóskleika.
**Convertirse en sirviente había comenzado a tener ese efecto
en él.**
Það að verða þjónn hafði farið að hafa þessi áhrif á hann.
Así que siempre insistía en quedarse más tiempo en la mesa.
Svo krafðist hann alltaf þess að vera lengur við borðið.
**Aunque con regularidad volvía a quedarse dormido en su
silla.**
Þótt hann sofnaði reglulega aftur í stólnum sínum.
Y sólo con la mayor dificultad pudo ser movido.
Og hann var aðeins hægt að færa með mikilli fyrirhöfn.
Tuvieron que decirle que la cama sería mejor para él.
Honum varð að segja að rúmið væri betra fyrir hann.
**Madre y hermana tuvieron que insistir con pequeñas
advertencias.**
Móðir og systir urðu að krefjast þess með litlum viðvörunum.

Durante quince minutos se limitó a menear lentamente la cabeza.

Í fimmtán mínútur hristi hann aðeins hægt höfuðið.

Y mantuvo los ojos cerrados y se negó a levantarse.

Og hann hélt augunum lokuðum og neitaði að standa upp.

La madre tiró de su manga, suavemente, pero con firmeza.

Móðirin togaði í ermi hans, varlega en ákveðið.

Y ella susurró palabras halagadoras en sus oídos cansados.

Og hún hvíslaði smjaðrandi orðum í þreytt eyru hans.

La hermana abandonó la tarea que tenía entre manos para ayudar a su madre.

Systirin hætti í verkefninu sem hún var að sinna til að hjálpa móður sinni.

Pero ninguno de sus esfuerzos funcionó con el padre.

En engin ein af tilraunum þeirra virkaði á föðurinn.

Se hundió aún más en su silla, preparado para dormir.

Hann sökk enn dýpra niður í stólinn sinn, tilbúinn að sofa.

Y finalmente las mujeres lo agarraron por las axilas.

Og loksins gripu konurnar hann undir handarkrikana.

Abrió los ojos y los miró alternativamente.

Hann opnaði augun og horfði á þau til skiptis.

"¡Qué vida ésta!" se quejó al irse a dormir.

„Hvaða líf er þetta," kvartaði hann og fór að sofa.

"¿Es esta la paz que me ha sido dada en mi vejez?"

"Er þetta friðurinn sem mér hefur verið gefinn á efri árum?"

Pero entonces, apoyándose en las dos mujeres, se levantó torpemente.

En þá reis hann upp, hallaði sér að konunum tveimur, klaufalega.

Actuó como si llevara la carga más pesada.

Hann hagaði sér eins og hann bæri þyngstu byrðina.

Dejó que las dos mujeres lo guiaran hasta el final de la habitación.

Hann lét konurnar tvær leiða sig út í enda herbergisins.

Allí les deseó buenas noches y continuó su camino.

Þar bauð hann þeim góða nótt og hélt áfram einn síns liðs.

Pero la madre rápidamente arrojó su kit de costura.

En móðirin kastaði í skyndi frá sér saumakassann sinn.
Y la hermana también dejó el bolígrafo y el bloc de notas.
Og systirin lagði líka niður pennann og minnisblokkina.
Y corrieron detrás del padre para ayudarle aún más.
Og þau hlupu á eftir föðurnum til að hjálpa honum áfram.
**¿Quién en esta familia sobrecargada de trabajo tenía tiempo
para Gregor?**
Hver í þessari ofvinnuðu fjölskyldu hafði tíma fyrir Gregor?
**¿Quién podría haberle prestado más atención de la
necesaria?**
Hver hefði getað veitt honum meiri athygli en nauðsyn krefði?
El presupuesto familiar se fue restringiendo cada vez más.
Fjárhagsáætlun heimilanna varð sífellt takmarkari.
**Al final, para ahorrar dinero, tuvieron que despedir a la
criada.**
Að lokum, til að spara peninga, urðu þau að segja upp
vinnukonunni.
**Fue reemplazada por una mujer de cabello blanco y huesos
gruesos.**
Í stað hennar var komin kona með þykka bein og hvítt hár.
Pero esta mujer venía sólo por la mañana y por la tarde.
En þessi kona kom aðeins á morgnana og kvöldin.
**Y todo el trabajo más pesado y duro quedó guardado para
ella.**
Og allt þyngsta og erfiðasta verkið var geymt fyrir hana.
La madre se encargaba de todos los demás quehaceres.
Öll önnur heimilisstörf sá móðirin um.
Incluso ocurrió que se vendieron varias joyas familiares.
Það kom jafnvel fyrir að ýmis fjölskylduskartgripir voru
seldir.
**Joyas que las mujeres lucieron felizmente durante las
celebraciones.**
Skartgripir sem konurnar höfðu glaðlega borið á
hátíðahöldum.
Gregor aprendió esto en una de las discusiones generales.
Gregor lærði þetta í einni af almennu umræðunum.
La mayor queja, sin embargo, fue otra.

Stærsta kvörtunin var þó eitthvað annað.
El apartamento era demasiado grande, pero no podían mudarse.
Íbúðin var of stór en þau gátu ekki flutt út.
No había manera de que pudieran reubicar a Gregor.
Það var engin leið að þeir hefðu getað flutt Gregor aftur.
Pero Gregor se dio cuenta de que no era sólo una consideración.
En Gregor áttaði sig á því að þetta var ekki bara tillitsemi.
Algo más les impidió mudarse a otro lugar.
Eitthvað annað kom í veg fyrir að þau færu annað.
Podría haber sido fácilmente transportado en una caja adecuada.
Hann hefði auðveldlega getað verið fluttur í viðeigandi kassa.
Sus sentimientos de completa desesperanza los frenaron.
Tilfinning þeirra um algjört vonleysi hélt þeim aftur af sér.
No querían admitir que la desgracia les había golpeado.
Þau vildu ekki viðurkenna að óheppnin hefði dunið yfir þau.
Lo que el mundo exige de los pobres, ellos lo cumplen.
Það sem heimurinn krefst af fátæku fólki, það uppfylltu þeir.
El padre le preparó el desayuno al pequeño empleado del banco.
Faðirinn sótti morgunmat handa litla bankastarfsmanninum.
La madre se sacrificó por la ropa de desconocidos.
Móðirin fórnaði sér fyrir þvott ókunnugra.
La hermana corría de un lado a otro para atender los pedidos de los clientes.
Systirin hljóp fram og til baka eftir pöntunum viðskiptavinanna.
Pero ya no tenían fuerzas para hacer más.
En þau höfðu einfaldlega ekki kraft til að gera meira.
La herida en la espalda de Gregor comenzó a doler aún más.
Sárið á baki Gregors fór að sársaukna enn meira.
Cada noche, la madre y la hermana llevaban al padre a la cama.
Á hverju kvöldi komu móðir og systir með föðurinn í rúmið.
Dejaron su trabajo donde estaba y se sentaron juntos.

Þau skildu vinnu sína eftir þar sem hún var og settust saman.

Y se acercaron más y se sentaron mejilla contra mejilla.

Og þau færðust nær hvort öðru og sátu kinn við kinn.

La madre señaló la habitación desde donde él observaba.

Móðirin benti á herbergið þaðan sem hún horfði á.

"¿Podrías cerrar la puerta?" le preguntó a la hermana.

„Viltu loka hurðinni?" spurði hún systurina.

Y entonces Gregor se quedó solo otra vez en la oscuridad.

Og þá varð Gregor aftur einn eftir í myrkrinu.

Y en la habitación de al lado la mujer mezcló sus lágrimas.

Og í næsta herbergi blandaði konan tárum þeirra saman.

**O bien se quedaban sentados con los ojos secos,
simplemente mirando la mesa.**

Eða þau sátu þurraugin og störðu bara á borðið.

Gregor apenas durmió, ni de noche ni de día.

Gregor svaf varla, hvorki nótt né dag.

A menudo pensaba en cómo podría ayudar a la familia.

Hann hugsaði oft um hvernig hann gæti hjálpað fjölskyldunni.

Pensó en ganar dinero nuevamente para ellos.

Hann hugsaði um að vinna sér inn peningana aftur fyrir þau.

Pensó en hacer lo que solía hacer por ellos.

Hann hugsaði um að gera það sem hann var vanur að gera
fyrir þau.

En sus pensamientos regresó el representante autorizado.

Í hugsunum sínum kom viðurkenndi fulltrúinn aftur.

Y esta vez el jefe también vino al apartamento.

Og að þessu sinni kom yfirmaðurinn líka í íbúðina.

Y los oficinistas y los aprendices también estaban allí.

Og skrifstofufólkið og lærlingarnir voru þar líka.

Incluso el lento empleado de la oficina vino a verlo.

Jafnvel hægvitni skrifstofuþjónninn kom til að hitta hann.

Había dos o tres amigos de otros negocios.

Þar voru tveir eða þrír vinir úr öðrum fyrirtækjum.

Una de las camareras de un hotel de provincias.

Ein af herbergisþernunum á hóteli í héruðunum.

Un recuerdo querido y fugaz al que intentó aferrarse.

Kær og hverful minning sem hann reyndi að halda fast í.

Una cajera de una sombrerería para quien tenía intenciones.
Gjaldkeri úr hattabúð sem hann hafði fyrirætlanir fyrir.
Pero había sido un poco lento en ganar su aprobación.
En hann hafði verið aðeins of seinn til að vinna samþykki
hennar.
**Todos ellos aparecieron en sus pensamientos, mezclados con
desconocidos.**
Þau birtust öll í hugsunum hans, blandað ókunnugum.
Y otros no aparecieron, ya estaban olvidados.
Og aðrir birtust ekki; þeir voru þegar gleymdir.
Pero no le ayudaron a él ni tampoco a la familia.
En þau hjálpuðu honum ekki, né fjölskyldunni.
Eran inaccesibles y él se alegró cuando se fueron.
Þau voru óaðgengileg og hann var feginn þegar þau fóru.
**No siempre estaba de humor para preocuparse por la
familia.**
Hann var ekki alltaf í skapi til að hafa áhyggjur af
fjölskyldunni.
Y se llenó de rabia por la falta de atención.
Og hann fylltist reiði vegna athyglisbrestsins.
Y no podía imaginar nada que le apeteciera.
Og hann gat ekki ímyndað sér neitt sem hann hafði lyst á.
Pero aún así hizo planes para entrar en la despensa.
En hann gerði samt áætlanir um að brjótast inn í matarbúrið.
Y él iba a tomar todo lo que se merecía.
Og hann ætlaði að taka allt sem hann átti skilið.
La hermana ya no hacía ningún esfuerzo especial por él.
Systirin lagði ekki lengur neina sérstaka áherslu á hann.
Ella ya no pasaba el tiempo pensando en complacerlo.
Hún eyddi ekki lengur tíma í að hugsa um að þóknast honum.
**Antes de ir a trabajar, rápidamente metió algo de comida en
la habitación.**
Áður en hún fór að vinna tróð hún fljótt einhverjum mat inn í
herbergið.
Y por la noche volvió a barrer rápidamente la comida.
Og um kvöldið sópaði hún matnum fljótt upp aftur.
Ya no se daba cuenta de si había comido o no.

Hvort hann hafði borðað eða ekki tók hún ekki eftir því lengur.

En la actualidad, la mayoría de las veces la comida se dejaba intacta.

Oftast en ekki nú til dags var maturinn látinn ósnertur.

Ella todavía barría rápidamente la habitación por la noche.

Hún sveif samt hratt um herbergið á kvöldin.

Pero ahora hizo lo mínimo, lo más rápido posible.

En nú gerði hún það allra lágmarks, eins hratt og mögulegt var.

Quedaron vetas de suciedad corriendo por las paredes.

Rákir af óhreinindum lágu eftir veggjunum.

Bolas de polvo y basura quedaron tiradas en el suelo.

Rykboltar og rusl lágu eftir á gólfinu.

Gregor mostró su desaprobación por su falta de cuidado.

Gregor sýndi vanþóknun sína á umhyggjuleysi hennar.

Se giró en un ángulo particularmente significativo.

Hann sneri sér í sérstaklega verulegu horni.

Pero podría haber permanecido en el puesto durante semanas.

En hann hefði getað verið í stöðunni í margar vikur.

Su hermana no habría notado su insatisfacción.

Systir hans hefði ekki tekið eftir óánægju hans.

Ella veía la suciedad tan bien como él, o incluso mejor.

Hún sá moldina alveg eins vel og hann, ef ekki betur.

Pero ella había decidido dejar la tierra donde estaba.

En hún hafði ákveðið að skilja moldina eftir þar sem hún var.

En ese momento adoptó una sensibilidad completamente nueva.

Á þeim tíma tileinkaði hún sér alveg nýja næmi.

Ella había hecho de la limpieza de la habitación de Gregor su responsabilidad.

Hún hafði gert það að sinni ábyrgð að þrífa herbergi Gregors.

La familia se sintió conmovida por su amable consideración.

Fjölskyldan var snortin af góðvild hennar.

Una vez, la madre le había dado a su habitación una limpieza a fondo.

Einu sinni hafði móðirin þrifið herbergið hans vandlega.

Sólo después de utilizar unos cuantos baldes de agua lo consiguió.

Það tókst henni ekki fyrr en eftir að hafa notað nokkrar fötur af vatni.

Sin embargo, la nueva humedad en la habitación perjudicó a Gregor.

Hins vegar skaðaði nýja rakinn í herberginu Gregor.

Y él yacía ancho, amargado e inmóvil en el sofá.

Og hann lá breiður, bitur og hreyfingarlaus á sófanum.

Pero ese fue sólo su primer castigo por ayudar.

En þetta var aðeins fyrsta refsing hennar fyrir að hjálpa til.

La hermana notó rápidamente el cambio en la habitación de Gregor.

Systirin tók fljótt eftir breytingunni í herbergi Gregors.

Y ella corrió a la sala, extremadamente insultada.

Og hún hljóp inn í stofuna, afar móðguð.

Su madre levantó las manos y trató de implorarle.

Móðir hennar rétti upp hendur sínar og reyndi að sárbæna hana.

Pero a pesar de una explicación sincera, ella rompió a llorar.

En þrátt fyrir einlæga skýringu brast hún í grát.

El padre, por supuesto, se sobresaltó y se levantó de la silla.

Pabbinn hrökk auðvitað upp úr stólnum sínum.

Y los dos padres miraban asombrados e impotentes.

Og foreldrarnir tveir horfðu á, undrandi og hjálparvana.

Y con el tiempo sus emociones también se agitaron.

Og að lokum urðu tilfinningar þeirra líka órólegar.

El padre reprochó a la madre lo que había hecho.

Faðirinn ávítaði móðurina fyrir það sem hún hafði gert.

"Deberías haber dejado la habitación para que Grete la limpiara."

„Þú hefðir átt að skilja herbergið eftir svo Grete gæti þrifið."

Grete le gritó a la madre por limpiar su habitación.

Grete öskraði á mömmuna fyrir að þrífa herbergið hans.

"¡Nunca más podrás limpiar su habitación!"

"Þú mátt aldrei þrífa herbergið hans aftur!"

La madre intentó arrastrar al padre al dormitorio.
Móðirin reyndi að draga föðurinn inn í svefnherbergið.
La hermana se quedó en la habitación, temblando y sollozando.
Systirin var eftir í herberginu, skjálfandi og grátandi.
Y golpeó la mesa con sus pequeños puños.
Og hún barði í borðið með litlu hnefunum sínum.
Y Gregor, enojado, siseó fuertemente contra todos ellos.
Og Gregor hvæsti hátt í reiði að þeim öllum.
¿Por qué a nadie se le ocurrió cerrarle la puerta?
Hvers vegna hafði engum dottið í hug að loka dyrunum fyrir honum?
Podrían haberle ahorrado esta vista y este ruido.
Þau hefðu getað sparað honum þessa sjón og hávaða.
La hermana estaba agotada después de llegar a casa del trabajo.
Systirin var dauðþreytt eftir að hafa komið heim úr vinnunni.
Y cuidar a Gregor era aún más trabajo para ella.
Og það var enn meira álag fyrir hana að annast Gregor.
Pero eso no significaba que la madre debía haberlo hecho.
En það þýddi ekki að móðirin hefði átt að gera það.
A Gregor, por el contrario, no hay que descuidarlo.
Gregor, hins vegar, ætti ekki að vanrækja.
Pero ahora tenían una nueva criada que podía hacer esas cosas.
En nú höfðu þau nýja vinnukonu sem gat gert slíkt.
Una viuda anciana que tenía una estructura ósea robusta.
Eldri ekkja með sterka beinabyggingu.
Una estatura que la ayudó a sobrevivir a su difícil vida.
Stærð sem hjálpaði henni að lifa af erfiða ævina.
Ella no sentía ninguna aversión real hacia la apariencia de Gregor.
Hún hafði enga raunverulega andúð á útliti Gregors.
Ella había abierto accidentalmente la puerta de la habitación de Gregor.
Hún hafði óvart opnað dyrnar að herbergi Gregors.

No fue por ninguna curiosidad particular sobre la habitación.

Það var ekki af neinni sérstakri forvitni um herbergið.

Ella simplemente estaba haciendo su trabajo y por casualidad abrió la puerta.

Hún var bara að vinna vinnuna sína og opnaði dyrnar fyrir tilviljun.

Gregor, por supuesto, quedó completamente sorprendido por ella.

Gregor var auðvitað alveg hissa á henni.

No lo perseguían, sino que corría de un lado a otro.

Hann var ekki eltur, heldur hljóp hann fram og til baka.

Y ella simplemente cruzó sus brazos y lo observó gatear.

Og hún bara krosslagði hendur sínar og horfði á hann skríða.

Desde entonces ella siempre le abría un poquito la puerta.

Síðan þá opnaði hún alltaf dyrnar aðeins fyrir hann.

Una mañana ella entró para ver cómo estaba.

Einu sinni um morguninn leit hún inn til að sjá hvernig honum liði.

Y por la tarde ella fue a ver cómo estaba antes de irse.

Og um kvöldið athugaði hún hann, áður en hún fór.

Al principio ella también intentó llamarlo para que viniera con ella.

Í fyrstu reyndi hún líka að kalla á hann og biðja hann að koma til sín.

"¡Ven aquí, viejo escarabajo pelotero!", solía decir.

„Komdu hingað, gamla mykjubjöllu!" sagði hún vön.

O ella dijo, "¡mira ese viejo escarabajo pelotero!", amigablemente.

Eða hún sagði: „Sjáðu gamla mykjubjölluna!", vingjarnlega.

Gregor nunca reaccionó cuando le hablaron de esa manera.

Gregor brást aldrei við því að vera talaður við á þennan hátt.

Él permaneció allí, sin moverse, y la ignoró.

Hann stóð þarna kyrr, hreyfði sig ekki og hunsaði hana.

"Si le hubieran dicho cómo hacer correctamente su trabajo."

„Ef henni hefði bara verið sagt hvernig hún ætti að vinna vinnuna sína rétt."

"En lugar de molestarme debería limpiar mi habitación."
„Í stað þess að angra mig ætti hún að þrífa herbergið mitt.“
Una mañana temprano una fuerte lluvia golpeó las ventanas.
Snemma morguns lenti mikil rigning á gluggunum.
Quizás la lluvia ya era una señal de la llegada de la primavera.
Kannski var rigningin þegar merki um komandi vor.
La criada comenzó a hablarle de esa manera una vez más.
Vinnukonan fór að tala við hann á þennan hátt enn á ný.
Gregor estaba tan amargado que se giró para mirarla.
Gregor var svo beiskur að hann sneri sér við til hennar.
Era lento y débil, pero fue una especie de ataque.
Hann var hægur og veikburða, en þetta var eins konar árás.
La criada, sin embargo, no tenía ningún miedo de Gregor.
Vinnukonan var þó alls ekki hrædd við Gregor.
En lugar de eso, levantó una silla que estaba cerca de la puerta.
Í staðinn lyfti hún upp stól sem var nálægt dyrunum.
Y ella permaneció allí, tranquilamente, con la boca abierta.
Og hún stóð þarna, róleg, með opinn munninn.
Sus intenciones eran claras, incluso Gregor podía verlo.
Ætlanir hennar voru skýrar, jafnvel Gregor gat séð það.
Y se giró, lentamente, a su posición original.
Og hann sneri sér hægt við, aftur í upprunalega stöðu sína.
—Entonces no quieres acercarte más, ¿verdad?
„Þannig að þú vilt ekki koma nær, er það ekki?“
Y silenciosamente volvió a poner la silla en la esquina.
Og hún færði stólinn hljóðlega aftur í hornið.

Gregor ya casi no comía nada.
Gregor borðaði varla neitt lengur.
A veces, mientras caminaba por la habitación, se detenía.
Stundum, á göngum sínum um herbergið, stoppaði hann.
Y se encontró junto a la comida preparada para él.
Og hann fann sig við hliðina á matnum sem var útbúinn fyrir hann.
Se llevó la comida a la boca, pero sólo para jugar con ella.

Hann setti matinn upp í sig, en bara til að leika sér með hann.
Y muy a menudo lo escupía de nuevo al cabo de unas horas.
Og oft spýtti hann því út aftur eftir nokkrar klukkustundir.
Trató de encontrar una razón para su falta de apetito.
Hann reyndi að finna ástæðu fyrir matarlystarleysi sínu.
Quizás porque estaba triste por el estado de su habitación.
Kannski vegna þess að hann var dapur yfir ástandi
herbergisins síns.
**Pero ya se había adaptado a los cambios que se producían en
la habitación.**
En hann hafði sætt sig við breytingarnar í herberginu.
**Recientemente su habitación se había convertido en una
especie de almacén.**
Nýlega var herbergið hans orðið að eins konar
geymsluherbergi.
Se habían acostumbrado a dejar las cosas allí.
Þau höfðu vanist því að skilja hluti eftir þar.
Y ahora quedaban muchas cosas así en su habitación.
Og nú voru margir slíkir hlutir eftir í herbergi hans.
Porque una habitación del apartamento estaba alquilada.
Þar sem eitt herbergi í íbúðinni hafði verið leigt út.
Tres caballeros serios alquilaban la habitación juntos.
Þrír einlægir herrar voru að leigja herbergið saman.
Gregor los vio una vez a través de una rendija en la puerta.
Gregor tók einu sinni eftir þeim í gegnum rifu í hurðinni.
**Llevaban barbas pobladas y estaban vestidos
meticulosamente.**
Þau voru með fullt skegg og vandlega klædd.
Eran escrupulosos en mantener todo ordenado.
Þau voru vandlát á að halda öllu snyrtilegu.
Su insistencia en el orden no se limitaba a su habitación.
Krafa þeirra um snyrtimennsku stöðvaðist ekki í herberginu
þeirra.
**Todo el apartamento tenía que mantenerse perfectamente
limpio.**
Öll íbúðin þurfti að vera fullkomlega hrein.
Eran aún más exigentes con el aspecto de la cocina.

Þau voru enn kröfuharðari með hvernig eldhúsið leit út.

Y no podían tolerar ningún desorden innecesario.

Og þau þoldu ekki óþarfa drasl.

También habían traído consigo sus propios muebles.

Þau höfðu einnig komið með sín eigin húsgögn.

Por esta razón muchas cosas se habían vuelto superfluas.

Af þessum sökum var margt orðið óþarft.

Eran cosas por las que nadie pagaría dinero.

Þetta voru hlutir sem enginn vildi borga neitt fyrir.

Pero la familia tampoco quería deshacerse de estas cosas.

En fjölskyldan vildi heldur ekki henda þessum hlutum.

Todas estas cosas fueron a parar a la habitación de Gregor.

Allt þetta fór einhvers staðar inn í herbergi Gregors.

El cajón de cenizas de la cocina ahora estaba guardado en su habitación.

Öskukassinn úr eldhúsinu var geymdur í herbergi hans núna.

Y la basura se guardaba en su habitación hasta el día de la basura.

Og ruslið var geymt í herbergi hans fram að sorpdegi.

La criada arrojó todo lo que no necesitaba en su habitación.

Þjónustustúlkan henti öllu sem hún þurfti ekki á að halda inn í herbergið sitt.

Afortunadamente no vio más que la mano y el objeto.

Sem betur fer sá hann ekki meira en höndina og hlutinn.

Probablemente tenía la intención de volver a buscar las cosas más tarde.

Hún ætlaði líklega að koma aftur til að sækja hlutina síðar.

O tal vez quería tirarlo todo de una vez.

Eða kannski vildi hún henda öllu í einu vetfangi.

Sin embargo, todo permaneció donde había quedado al principio.

Allt varð þó eftir þar sem það hafði fyrst lent.

A menos que Gregor moviera la basura moviéndose a través de ella.

Nema Gregor hafi fært draslið með því að fikta í gegnum það.

Al principio se vio obligado a arrastrarse entre toda la basura.

Í fyrstu var hann neyddur til að skríða í gegnum allt draslið.
No tenía posibilidad de evitarlo.
Það var enginn möguleiki fyrir hann að komast hjá því.
Pero más tarde realmente encontró placer en esta actividad.
En síðar fann hann í raun ánægju af þessari iðju.
Aunque tal esfuerzo lo dejó triste y profundamente cansado.
Þótt slík áreynsla gerði hann dapur og djúpt þreyttan.
Y después no pudo moverse durante muchas horas.
Og eftir það gat hann ekki hreyft sig í margar klukkustundir.
Los inquilinos a veces comían en la sala de estar.
Leigusamkomendurnir borðuðu stundum í stofunni.
La puerta del salón permanecía cerrada esas noches.
Stofuhurðin var lokuð þessi kvöld.
Pero a Gregor no le resultó difícil no abrir la puerta.
En Gregor átti engan erfiðleika með að opna ekki dyrnar núna.
Incluso cuando la puerta estaba abierta, no siempre miraba hacia afuera.
Jafnvel þegar hurðin var opin leit hann ekki alltaf út.
Pero él se acostó en el rincón más oscuro de la habitación.
En hann lagðist niður í dimmasta hornið í herberginu.
La familia tampoco notó su falta de atención.
Fjölskyldan tók heldur ekki eftir athyglisbresti hans.
Pero hubo una vez que la criada dejó la puerta abierta.
En einu sinni skildi vinnukonan eftir dyrnar opnar.
La puerta permaneció abierta incluso cuando los inquilinos regresaron.
Dyrnar stóðu opnar jafnvel þegar leigjendurnir komu aftur.
Y la puerta estaba abierta cuando se encendió la luz.
Og hurðin var opin þegar ljósið var kveikt.
El hombre se sentó a la mesa donde la familia cenaba.
Maðurinn sat við borðið þar sem fjölskyldan borðaði kvöldmat.
Allí se sentaron en el pasado el padre, la madre y Gregor.
Faðir, móðir og Gregor sátu þar áður fyrr.
Desplegaron las servilletas y cogieron cuchillos y tenedores.
Þau breiddu út servíetturnar og tóku hnífa og gaffla.
La madre apareció en la puerta con un plato de carne.

Móðirin birtist í dyrunum með skál af kjöti.

Entonces la hermana entró con un cuenco lleno de patatas.

Þá kom systirin inn með skál fulla af kartöflum.

Los inquilinos se inclinaron sobre los cuencos colocados delante de ellos.

Leigufólkið beygði sig yfir skálarnar sem settar voru fyrir framan þá.

El humo denso de la comida les llegaba hasta la nariz.

Þykkur reykur af matnum gufaði upp að nefum þeirra.

Pero aún no habían decidido si comerían la comida.

En þau höfðu ekki ákveðið hvort þau myndu borða matinn ennþá.

Quizás enviarían la comida de vuelta a la cocina.

Kannski myndu þeir senda matinn aftur í eldhúsið.

El hombre sentado en el medio parecía ser la autoridad.

Maðurinn sem sat í miðjunni virtist vera yfirvaldið.

Cortó la carne para determinar si estaba lo suficientemente tierna.

Hann skar kjötið til að kanna hvort það væri nógu meyrt.

Estaba satisfecho con el olor y el aspecto de la comida.

Hann var ánægður með hvernig maturinn lyktaði og leit út.

La madre y la hermana los observaban ansiosamente.

Móðirin og systirin höfðu horft á þau af áhyggjum.

Y empezaron a sonreír con un suspiro de alivio.

Og þau fóru að brosa með andvarpi af uppsafnaðri létti.

La propia familia iba a comer en la cocina.

Fjölskyldan sjálf ætlaði að borða í eldhúsinu.

Pero primero el padre fue a ver cómo estaban los inquilinos.

En fyrst fór faðirinn að athuga hvernig leigjendunum liði.

Hizo una reverencia, sosteniendo en su mano su gorra de trabajo.

Hann beygði sig einu sinni og hélt á vinnuhúfunni sinni í hendinni.

Y caminó en círculo alrededor de la mesa, hacia cada invitado.

Og hann gekk hring í kringum borðið, til hvers gests

Todos los inquilinos se pusieron de pie y murmuraron algo entre dientes.

Leigusegirnir stóðu allir upp og muldraðu í skeggið.

Después de que él se fue, comieron en un silencio casi absoluto.

Eftir að hann fór borðuðu þau nánast í algjörri þögn.

A Gregor le pareció extraño que pudiera oír la masticación.

Það fannst Gregor undarlegt að hann skyldi heyra tygg.

Ningún otro aspecto de la alimentación parecía emitir ningún sonido.

Enginn annar þáttur í mataræðinu virtist gefa frá sér hljóð.

Pero podía oír claramente el rechinar de los dientes.

En hann heyrði greinilega gnísta tennurnar saman.

Parecían decirle que necesitaba dientes para comer.

Þau virtust vera að segja honum að hann þyrfti tennur til að borða.

"No puedes hacer nada si tus mandíbulas no tienen dientes".

„Þú getur ekkert gert ef kjálkarnir þínir eru tannlausir.“

"Me gustaría comer algo", dijo Gregor ansiosamente.

„Mig langar að fá mér að borða,“ sagði Gregor áhyggjufullur.

"Pero no tengo apetito para lo que están comiendo".

„En ég hef enga matarlyst fyrir það sem þið öll eruð að borða.“

"Mira cómo comen estos huéspedes y yo aquí muriéndome de hambre".

"Sjáðu þessa leigjendur borða, og hér er ég að drepast úr hungri."

Aquella noche Gregor pensó por casualidad en el violín.

Gregor datt í hug fiðlan þetta kvöld.

No había oído el violín desde la transformación.

Hann hafði ekki heyrt á fiðlu síðan umbreytingin átti sér stað.

Pero entonces, esta noche, se oyó un ruido desde la cocina.

En svo, í kvöld, heyrðist hljóð úr eldhúsinu.

Los caballeros ya habían terminado su cena.

Herrarnir voru þegar búnir að klára kvöldmatinn.

El caballero del medio había comenzado a leer un periódico.

Miðherrann var farinn að lesa dagblað.

Les había dado a los otros dos caballeros una hoja a cada uno.

Hann hafði gefið hinum tveimur herrunum sitt eigið blað.

Y ahora estaban recostados, leyendo y fumando.

Og nú voru þau að halla sér aftur, lesa og reykja.

Cuando el violín empezó a sonar, se pusieron atentos.

Þegar fiðlan byrjaði að spila urðu þau athyglissöm.

Se levantaron y caminaron de puntillas hacia la puerta de la antesala.

Þau stóðu upp og gengu á tánum að dyrum forstofunnar.

Allí estaban, acurrucados juntos, escuchando desde la puerta.

Hér stóðu þau krjúpuð saman og hlustuðu við dyrnar.

La familia debió haber escuchado a los hombres desde la cocina.

Fjölskyldan hlýtur að hafa heyrt í mönnunum inni í eldhúsinu.

Porque el padre los llamó y les preguntó;

Því að faðirinn kallaði á þá og spurði þá;

¿Acaso el violín resulta incómodo para los caballeros?

"Er fiðlan kannski óþægileg fyrir herrana?"

"Si no te gusta la música podemos parar inmediatamente."

"Ef þér líkar ekki tónlistin getum við hætt strax."

"Al contrario", dijo el centro de los caballeros.

„Þvert á móti,“ sagði miðherrann.

"¿Le gustaría a la señorita tocar el violín en nuestra habitación?"

"Vilji unga konan spila á fiðlu í herberginu okkar?"

"Definitivamente es mucho más cómodo y acogedor aquí".

"Það er örugglega miklu þægilegra og notalegra hérna."

El padre respondió como si fuera el propio violinista.

Faðirinn svaraði eins og hann væri sjálfur fiðluleikarinn.

"Oh, por favor, eso sería maravilloso", exclamó el padre.

„Ó, gerið svo vel, það væri dásamlegt,“ hrópaði faðirinn.

Los caballeros regresaron a la sala de estar y esperaron.

Herrarnir fóru aftur inn í stofuna og biðu.

Pronto el padre entró en la habitación con el atril.

Fljótlega kom faðirinn inn í herbergið með nótnastandinn.

La madre entró en la habitación con el libro de música.
Móðirin kom inn í herbergið með nótnabókina.
Y la hermana entró en la habitación con el violín.
Og systirin kom inn í herbergið með fiðluna.
Ella preparó todo con calma para tocar el violín.
Hún undirbjó allt rólega til að spila á fiðlu.
Los padres exageraron su cortesía y modales.
Foreldrarnir ýktu kurteisi sína og mannasiði.
Nunca antes habían alquilado habitaciones a huéspedes.
Þau höfðu aldrei leigt út herbergi til leigjenda áður.
Y ni siquiera se atrevieron a sentarse en sus propias sillas.
Og þau þorðu ekki einu sinni að sitja á sínum eigin stólum.
En lugar de sentarse, el padre se apoyó contra la puerta.
Í stað þess að sitja hallaði faðirinn sér upp að dyrunum.
Su mano derecha estaba entre dos botones de su abrigo.
Hægri hönd hans var á milli tveggja hnappa á frakkanum
hans.
Sin embargo, un caballero le ofreció una silla a la madre.
Móðurinni var hins vegar boðið stól af herramanni.
Pero ella se sentó donde el caballero había colocado la silla.
En hún settist þar sem herramaðurinn hafði sett stólinn.
Y no había colocado la silla en ningún lugar determinado.
Og hann hafði ekki komið stólnum fyrir neins staðar
sérstaklega.
Así que la madre se sentó apartada de todos, en un rincón.
Svo sat móðirin fyrir utan alla, í horni.
Y finalmente la hermana empezó a tocar el violín.
Og loksins fór systirin að spila á fiðlu.
Los padres, en lados opuestos, prestaron mucha atención.
Foreldrarnir, sitt hvoru megin, fylgdust grannt með.
Y observaban atentamente cada movimiento de su mano.
Og þau fylgdust vandlega með hverri hreyfingu handar
hennar.
**Gregor también se sentía atraído por la interpretación del
violín.**
Gregor hafði einnig áhuga á fiðluleik.
Y se aventuró a salir de su habitación un poco más lejos.

Og hann þorði að fara aðeins lengra út úr herbergi sínu.
Él ya estaba con la cabeza dentro de la sala.
Hann var þegar kominn með höfuðið inni í stofunni.
Solía enorgullecerse de ser muy considerado.
Hann var vanur að vera mjög tillitssamur.
Pero últimamente casi no cuestiona su falta de cuidado.
En nýlega efaðist hann varla um umhyggjuleysi sitt.
Aunque ahora tenía más motivos para esconderse que antes.
Jafnvel þótt hann hefði meiri ástæðu til að fela sig nú en áður.
Porque su habitación estaba cubierta de polvo y suciedad diversa.
Vegna þess að herbergið hans var þakið ryki og alls konar óhreinindum.
El más leve movimiento levantaba todo tipo de suciedad.
Minnsta hreyfing hvirflaði upp alls kyns óhreinindum.
Toda esa suciedad se le pegó: polvo, pelo, restos de comida.
Allt þetta óhreinindi festist við hann; ryk, hár, matarleifar.
Podría haber frotado la suciedad contra la alfombra.
Hann gæti hafa nuddað óhreinindunum af teppinu.
Esto era algo que solía hacer varias veces al día.
Þetta var eitthvað sem hann gerði nokkrum sinnum á dag.
Pero su indiferencia hacia todo era demasiado grande.
En sinnuleysi hans gagnvart öllu var alltof mikið.
Así que no tuvo miedo de avanzar un poco más.
Hann var því ekki hræddur við að halda áfram aðeins lengra.
Y se trasladó al inmaculado suelo de la sala de estar.
Og hann færði sig yfir á óaðfinnanlega gólfið í stofunni.
Sin embargo, nadie se dio cuenta ni le prestó atención.
Enginn tók þó eftir honum né veitti honum neinn gaum.
La familia estaba completamente absorta en el concierto.
Fjölskyldan var algjörlega upptekin af tónleikunum.
Los caballeros, por el contrario, inicialmente se retiraron.
Herrarnir hörfuðu hins vegar í fyrstu.
Y se quedaron cerca, detrás del atril de la hermana.
Og þær stóðu þétt fyrir aftan nótnastand systurinnar.
Si hubieran mirado habrían podido ver las notas musicales.
Ef þeir hefðu litið við hefðu þeir getað séð nóturnar.

Esto, por supuesto, habría perturbado a la hermana.

Þetta hefði auðvitað truflað systurina.

Luego se quedaron de pie junto a la ventana, en lugar de sentarse.

Þá stóðu þau við gluggann, í stað þess að setjast niður.

Con las manos en los bolsillos seguían hablando.

Með hendurnar í vösunum héldu þeir áfram að tala.

Permanecieron allí mientras el padre observaba ansiosamente.

Þau dvöldu þar á meðan faðirinn horfði áhyggjufullur á þau.

Uno tenía la impresión de que tenían otras expectativas.

Maður hafði þá tilfinningu að þeir hefðu haft aðrar væntingar.

Y realmente parecía como si se hubieran decepcionado.

Og það virtist virkilega eins og þau hefðu orðið fyrir vonbrigðum.

Parecía que ya estaban hartos de la actuación.

Það virtist eins og þeir hefðu fengið nóg af frammistöðunni.

Habían permitido que el violín perturbara su paz.

Þau höfðu leyft fiðlunni að raska ró sinni.

Y sólo toleraban la música por cortesía.

Og þeir umbunuðu tónlistina aðeins af kurteisi.

Lo que más me desconcertó fue cómo expulsaron el humo.

Það var sérstaklega óhugnanlegt hvernig þeir blésu reyknum burt.

Y aún así, tocaba el violín maravillosamente.

Og samt lék hún svo fallega á fiðlu.

Su rostro estaba inclinado suavemente hacia un lado, sobre el violín.

Andlit hennar hallaði sér varlega til hliðar, á fiðlunni.

Sus ojos buscaban con tristeza las líneas musicales.

Augu hennar leituðu dapurlega eftir tónlistarlínunum.

Gregor se sintió atraído un poco más hacia la sala de estar.

Gregor fannst hann vera dreginn aðeins meira inn í stofuna.

Mantuvo la cabeza cerca del suelo, pero miró hacia arriba.

Hann hélt höfðinu nálægt jörðinni en horfði upp á við.

Tal vez de esta manera la mirada de su hermana podría encontrarse con la suya.

Kannski gæti augnaráð systur hans mætt honum á þennan hátt.

¿Puede realmente decirse que era sólo un animal?

Er virkilega hægt að segja að hann hafi bara verið dýr?

¿Era un animal si la música podía cautivarlo tanto?

Var hann dýr ef tónlist gæti heillað hann svona mikið?

Sintió como si le mostraran un camino hacia una alimentación desconocida.

Honum fannst eins og honum væri vísað leið að óþekktri næringu.

Quizás éste era el sustento que le faltaba.

Kannski var þetta næringin sem hann vantaði.

Estaba decidido a dirigirse hacia su hermana.

Hann var staðráðinn í að fara leiðar sinnar til systur sinnar.

Quería tirar de su falda para llamar su atención.

Hann langaði til að toga í pils hennar til að vekja athygli hennar.

Quería darle una indicación de una invitación.

Hann vildi gefa henni vísbendingu um boð.

"Ven a tocar el violín en mi habitación", quiso decir.

„Komdu og spilaðu á fiðluna í herberginu mínu,“ vildi hann segja.

Él quería que ella fuera recompensada por su hermosa música.

Hann vildi að hún fengi umbun fyrir fallega tónlist sína.

"Aquí nadie te recompensa por tocar el violín".

„Enginn hérna er að umbuna þér fyrir að spila á fiðlu.“

Él ya no quería dejarla salir de su habitación.

Hann vildi ekki hleypa henni út úr herberginu sínu lengur.

Él quería que ella permaneciera con él mientras viviera.

Hann vildi að hún yrði hjá honum eins lengi og hann lifði.

Por primera vez su transformación tuvo un beneficio.

Í fyrsta skipti hafði umbreyting hans ávinning.

Su deformidad finalmente iba a serle útil.

Afmyndun hans ætlaði loksins að koma honum að gagni.

Quería estar en las cuatro puertas simultáneamente.

Hann vildi vera við allar fjórar dyrnar samtímis.

Quería silbarles y escupirles desde todos los ángulos.
Hann langaði til að hvæsa og spýta á þá úr öllum áttum.
Su hermana no debería verse obligada a quedarse con él.
Systir hans ætti ekki að vera neydd til að vera hjá honum.
Él quería que ella eligiera quedarse con él voluntariamente.
Hann vildi að hún myndi velja að vera hjá honum sjálfviljug.
Ella iba a sentarse a su lado e inclinarse hacia él.
Hún ætlaði að setjast við hliðina á honum og beygja sig niður
að honum.
Y le iba a contar sobre la escuela de música.
Og hann ætlaði að segja henni frá tónlistarskólanum.
Tenía la firme intención de enviarla a la academia.
Hann hafði staðfastlega áform um að senda hana í
akademíuna.
Se lo habría contado a todo el mundo la pasada Navidad.
Hann hefði sagt öllum frá þessu síðustu jól.
¿Ya había llegado y pasado realmente la Navidad?
Voru jólin virkilega komin og liðin aftur nú þegar?
Y no habría dejado que nadie le disuadiera de ello.
Og hann hefði ekki látið neinn aftra sér frá því.
Pero entonces el desafortunado accidente lo detuvo todo.
En svo stöðvaði óheppilegt slys allt.
La hermana se habría sentido abrumada por la emoción.
Systirin hefði verið yfirbuguð af tilfinningum.
Y entonces Gregor se habría subido hasta su hombro.
Og þá hefði Gregor klifrað upp á öxl hennar.
Y la habría consolado besándole el cuello.
Og hann hefði huggað hana með því að kyssa hana á hálsinn.
—¡Señor Samsa! —gritó el hombre del medio al padre.
„Herra Samsa!" kallaði maðurinn í miðjunni til föðurins.
Señalaba con su dedo índice hacia Gregor.
Hann benti með vísifingrinum niður á Gregor.
Gregor se movía lentamente por el suelo de la sala de estar.
Gregor gekk hægt yfir stofugólfið.
El sonido del violín se silenció muy rápidamente.
Fiðluleikurinn þagnaði mjög fljótt.
El del medio de los tres hombres sonrió a sus amigos.

Miðmaðurinn af þremur brosti til vina sinna.

Luego meneó la cabeza y volvió a mirar a Gregor.

Svo hristi hann höfuðið og leit aftur á Gregor.

El padre podría haber obligado a Gregor a regresar a su habitación.

Faðirinn hefði getað neytt Gregor aftur inn í herbergið sitt.

Pero esa no fue la primera acción que decidió tomar.

En það var ekki fyrsta aðgerðin sem hann ákvað.

Pensó que era más importante calmar a los caballeros.

Hann taldi mikilvægara að róa herrana.

Aunque en realidad no estaban molestos en absoluto por Gregor.

Þótt þau væru í raun alls ekki uppröðuð yfir Gregor.

Gregor parecía más entretenido que tocar el violín.

Gregor virtist skemmtilegri en fiðluleikurinn.

Corrió hacia ellos con los brazos extendidos.

Hann hljóp til þeirra með útréttar hendur.

Estaba intentando hacer lo mejor que podía para ocultar su visión de Gregor.

Hann reyndi sitt besta til að hylma yfir sjónarmiðum þeirra á Gregor.

Y trató de animarlos a regresar a su habitación.

Og hann reyndi að hvetja þau aftur inn í herbergið sitt.

En realidad, esto los hizo enfadar un poco.

Ef eitthvað var þá gerði þetta þau svolítið pirruð.

Pero era difícil decir exactamente qué les molestaba.

En það var erfitt að segja til um hvað nákvæmlega pirraði þau.

El padre estaba arruinando la diversión de la noche.

Pabbinn var að spilla skemmtun kvöldsins.

Pero también acababan de enterarse de su nuevo compañero de piso.

En þau höfðu líka nýlega frétt af nýja íbúðarfélaga sínum.

Levantaron las manos tal como lo había hecho el padre.

Þau réttu upp hendur sínar, rétt eins og faðirinn hafði gert.

Exigieron una explicación inmediata al padre.

Þau kröfðust tafarlausrar skýringar frá föðurnum.

Se tiraron inquietos de la barba esperando una respuesta.

Þau toguðu órólega í skeggið á sér til að fá svar.

Y retrocedieron hasta su habitación, pero muy lentamente.

Og þau gengu aftur á bak inn í herbergið sitt, en mjög hægt.

La interrupción había dejado a la hermana en trance.

Truflunin hafði komið systurinni í leiðslu.

Dejó que el violín y el arco colgaran a su lado.

Hún lét fiðluna og bogann hanga niður við hliðina á sér.

Y ella miraba la partitura como si todavía estuviera tocando.

Og hún horfði á nóturnar eins og hún væri enn að spila.

Pero de repente ella regresó a la habitación.

En þá dró hún sig skyndilega aftur inn í herbergið.

Y ahora había superado el sentimiento de estar perdida.

Og nú hafði hún sigrast á tilfinningunni að vera týnd.

Ella colocó el instrumento musical en el regazo de su madre.

Hún lagði hljóðfærið í kjöltu móður sinnar.

**La madre estaba sentada en la silla, respirando con
dificultad.**

Móðirin sat í stólnum og andaði þungt.

**Y entonces la hermana tuvo que correr a la habitación de al
lado.**

Og þá þurfti systirin að hlaupa inn í næsta herbergi.

Tenía que dejar todo listo para los caballeros.

Hún þurfti að gera allt klárt fyrir herrana.

Ella arrojó las mantas y los cojines al aire.

Hún kastaði teppunum og púðunum upp í loftið.

Y con sus manos expertas dispuso toda la ropa de cama.

Og með listfengum höndum sínum raðaði hún öllum
rúmfötunum.

Terminó antes de que los caballeros llegaran a la habitación.

Hún var búin áður en herrarnir komust inn í herbergið.

Y ella se escabulló antes de interponerse en su camino.

Og hún laumaðist út áður en hún varð fyrir þeim.

El padre parecía estar dominado por su propia terquedad.

Faðirinn virtist vera gripinn af eigin þrjóskleika.

Y así olvidó todo respeto que debía a sus inquilinos.

Og þannig gleymdi hann allri virðingu sem hann bar
leigjendum sínum.

Empujó y empujó hasta que su portavoz se opuso.
Hann ýtti og ýtti þar til talsmaður þeirra mótmælti.
Al llegar a la puerta, dio una patada furiosa.
Hann stappaði reiður fæti sínum þegar hann kom að
dyrunum.
Y con esto logró detener al padre.
Og þar með stöðvaði hann föðurinn.
**"Por la presente declaro", comenzó dirigiéndose a su
propietario.**
„Ég lýsi því hér með yfir,“ byrjaði hann að ávarpa leigusala
sinn.
Y levantó la mano, mirando a toda la familia.
Og hann rétti upp höndina og horfði á alla fjölskylduna.
"En cuanto a las repugnantes condiciones de la habitación;"
„Varðandi ógeðfelldar aðstæður í herberginu;“
Y se aseguró de que todos escucharan sus palabras.
Og hann gætti þess að allir hlustuðu á orð hans.
"Por la presente, le comunico que desocuparé mi habitación".
„Ég tilkynni hér með að ég mun yfirgefa herbergið mitt.“
Y reiteró su punto escupiendo en el suelo.
Og hann færði enn frekar rök fyrir máli sínu með því að
hrækja á jörðina.
"Tampoco pagaré por los días que he vivido aquí."
"Ég mun heldur ekki borga fyrir þá daga sem ég hef búið hér."
**Sin embargo, no estaba completamente satisfecho con este
reembolso.**
Hann var þó ekki alveg ánægður með þessa endurgreiðslu.
"Y consideraré hacer otras demandas contra usted."
„Og ég mun íhuga að gera aðrar kröfur gegn þér.“
Créeme, tales exigencias serán muy fáciles de justificar.
„Trúið mér, slíkar kröfur verða mjög auðvelt að réttlæta.“
Él permaneció en silencio y miró directamente al padre.
Hann þagði og horfði beint fram á föðurinn.
Parecía estar esperando que sucediera algo más.
Hann virtist búast við að eitthvað meira myndi gerast.
**De hecho, sus dos amigos inmediatamente tuvieron la
misma idea.**

Reyndar fengu vinir hans tveir strax sömu hugmynd.

**"También estamos cancelando nuestras habitaciones",
dijeron al unísono.**

„Við erum líka að afbóka herbergin okkar," sögðu þau
samtímis.

Luego agarró la manija de la puerta y cerró la puerta.

Svo greip hann í hurðarhúninn og lokaði hurðinni.

Y con un fuerte estruendo se encerraron en su habitación.

Og með miklum hvelli lokuðu þau sig inni í herbergi sínu.

El padre se tambaleó hasta su silla con manos torpes.

Faðirinn staulaðist að stólnum sínum með þreifandi höndum.

Y se dejó caer en la silla, derrotado.

Og hann lét sig detta í stólinn, sigraður.

Parecía como si fuera a echar su siesta vespertina habitual.

Það leit út eins og hann væri að fara að taka sinn venjulega
kvöldlúr.

Pero su cabeza asintió casi como si no tuviera apoyo.

En höfuð hans kinkaði kolli, næstum eins og það væri ekki
stutt.

Y se podía ver que no estaba durmiendo en absoluto.

Og það mátti sjá að hann var alls ekki sofandi.

**Durante todo este tiempo Gregor no se había movido de su
sitio.**

Allan þennan tíma hafði Gregor ekki hreyft sig úr stað.

**Todavía estaba donde los caballeros lo habían visto por
primera vez.**

Hann var enn þar sem herrarnir höfðu fyrst séð hann.

Incluso si hubiera querido moverse, le resultó imposible.

Jafnvel þótt hann vildi flytja, fannst honum það ómögulegt.

Por su decepción, o por su hambre.

Vegna vonbrigða hans, eða vegna hungurs.

Estaba decepcionado por el fracaso de su plan.

Hann var vonsvikinn yfir því að áætlun hans hefði mistekist.

Y estaba débil por el hambre prolongada que sentía.

Og hann var veikburða eftir langvarandi hungrið sem hann
fann fyrir.

Estaba seguro de que en cualquier momento todos se volverían contra él.

Hann var viss um að allir myndu snúast gegn honum hvenær sem er.

Con esta expectativa de colapso inminente, esperó.

Með þessari væntingu um yfirvofandi hrun beið hann.

El violín empezó a deslizarse del regazo de la madre.

Fiðlan byrjaði að renna af kjöltu móðurinnar.

Con un sonido resonante el violín cayó al suelo.

Með dynjandi hljóði féll fiðlan til jarðar.

Pero ni siquiera ese repentino ruido estrepitoso lo sobresaltó.

En ekki einu sinni þetta skyndilega hrunhljóð hrökk við honum.

«Queridos padres», dijo la hermana, «esto no puede continuar».

„Kæru foreldrar," sagði systirin, „þetta getur ekki haldið áfram."

Y golpeó la mesa con la mano para dejar claro su punto.

Og hún sló hendinni í borðið til að koma sjónarmiði sínu á framfæri.

"No diré el nombre de mi hermano delante de este monstruo".

„Ég mun ekki segja nafn bróður míns frammi fyrir þessu skrími."

"Por eso lo digo lo más claramente posible:"

„Þess vegna segi ég þetta eins hreinskilnislega og mögulegt er:"

"No tenemos otra opción que deshacernos de este animal".

„Við höfum ekkert annað val en að losna við þetta dýr."

"Hicimos lo mejor que pudimos para tolerar y cuidar a este animal".

„Við gerðum okkar besta til að umburðarlynda og annast þetta dýr."

"No creo que nadie pueda culparnos en lo más mínimo".

„Ég held að enginn geti kennt okkur um það í hvívetna."

"Tiene mil veces razón", asintió el padre.

„Hún hefur þúsund sinnum rétt fyrir sér," samþykkti faðirinn.

La madre aún no había recuperado del todo el aliento.

Móðirin hafði enn ekki alveg náð andanum.

Ella empezó a toser sordamente en su mano, respirando con dificultad.

Hún byrjaði að hósta dauflega í höndina og andaði þungt.

Y una expresión de locura comenzó a surgir en sus ojos.

Og brjálaður svipur fór að birtast í augum hennar.

La hermana corrió hacia su madre y le sujetó la frente.

Systirin hljóp til móður sinnar og hélt um ennið á henni.

El padre pareció inspirarse en las palabras de la hermana.

Faðirinn virtist vera innblásinn af orðum systurinnar.

Y sus pensamientos parecían ser más claros que antes.

Og hugsanir hans virtust skýrari en áður.

Dejó de asentir con la cabeza y volvió a sentarse derecho.

Hann hætti að kinka kolli og settist upp aftur.

Y jugaba con la gorra de sirviente, sumido en sus pensamientos.

Og hann lék sér að húfu þjóns síns, djúpt í hugsunum.

Los platos de los inquilinos todavía estaban sobre la mesa.

Diskarnar frá leigjendunum voru enn á borðinu.

Y a veces miraba hacia el silencioso Gregor.

Og stundum leit hann í átt að þögla Gregor.

"Tenemos que intentar deshacernos de él", le dijo la hermana.

„Við verðum að reyna að losna við það," sagði systirin við hann.

La madre estaba demasiado ocupada tosiendo como para escuchar.

Móðirin var of upptekin af hósta til að hlusta.

"Los matará a ambos, ya lo veo venir."

„Þetta mun drepa ykkur bæði, ég sé það nú þegar fyrir mér."

"No podemos seguir trabajando tan duro como lo hacemos todos."

„Við getum ekki öll haldið áfram að vinna eins mikið og við gerum."

"Y cada día tenemos que volver a casa y encontrarnos con esta tortura."

„Og á hverjum degi verðum við að koma heim til þessarar pyntingar."

"No podemos soportarlo más. No puedo soportarlo."

"Við getum ekki þolað þetta lengur. Ég get ekki þolað þetta."

Ella cayó ante su madre en un último estallido de lágrimas.

Hún féll fyrir móður sinni í síðasta grátbrosi.

Las lágrimas cayeron por su rostro y sobre el de su madre.

Tárin runnu niður kinnar hennar og ofan á kinnar móður hennar.

Y se secó las lágrimas con un movimiento mecánico.

Og hún þerraði tárin burt með vélrænni hreyfingu.

"Hijo mío", dijo el padre con voz compasiva.

„Barnið mitt," sagði faðirinn með samúðarfullri röddu.

Había profunda simpatía y comprensión en su voz.

Í rödd hans mátti greina djúp samúð og skilning.

«Pero ¿qué debemos hacer?», confesó no saberlo.

„En hvað eigum við að gera?" játaði hann að vita það ekki.

La hermana simplemente se encogió de hombros con impotencia.

Systirin yppti bara öxlum í hjálparleysi.

Y su confianza anterior fue reemplazada nuevamente por lágrimas.

Og fyrra sjálfstraust hennar var aftur skipt út fyrir tár.

«Si nos entendiera», dijo el padre en voz alta.

„Ef hann bara skildi okkur," sagði faðirinn upphátt.

Y se preguntó si tal vez Gregor entendía.

Og hann spurði hálfpartinn hvort Gregor skildi þetta kannski.

La hermana simplemente sacudió su mano violentamente mientras lloraba.

Systirin tók bara í höndina á henni harkalega á meðan hún grét.

Y entonces ella señaló que no se debía pensar en esa idea.

Og því gaf hún til kynna að ekki ætti að hugsa um þessa hugmynd.

«¡Si nos comprendiera!», repitió el padre.

„En ef hann bara skildi okkur,“ endurtók faðirinn.

Cerrando los ojos consideró la respuesta de la hermana.

Með því að loka augunum hugleiddi hann svar systurinnar.

"Si lo entendiera se podría llegar a un acuerdo con él."

„Ef hann skildi það væri hægt að gera samkomulag við hann.“

"Pero estando las cosas como están..."

„En eins og hlutirnir eru nú þegar ...“

"Tiene que irse", gritó la hermana, "es la única manera".

„Það verður að fara,“ hrópaði systirin, „þetta er eina leiðin.“

"Tienes que deshacerte de la idea de que es Gregor".

„Þú verður að losna við þá hugsun að þetta sé Gregor.“

"Que lo hayamos creído durante tanto tiempo es nuestra verdadera desgracia."

„Að við höfum trúað þessu svona lengi er okkar raunverulega óheppni.“

«¿Pero cómo puede ser Gregor?», le preguntó a su padre.

„En hvernig getur það verið Gregor?“ spurði hún föður sinn.

"Sabía que un animal así no podía coexistir con los humanos".

„Hann vissi að slíkt dýr getur ekki lifað saman við menn.“

Gregor nos habría abandonado hace mucho tiempo, voluntariamente.

"Gregor hefði yfirgefið okkur fyrir löngu síðan, sjálfviljugur."

"Es cierto, entonces no tendríamos ningún hermano."

„Það er satt, þá hefðum við engan bróður.“

"Pero podríamos seguir viviendo y honrar su memoria".

„En við gætum haldið áfram að lifa og heiðra minningu hans.“

"Pero esta bestia nos persigue y ahuyenta a nuestros labradores."

„En þetta dýr eltir okkur og rekur burt leigjendur okkar.“

"Es evidente que quiere apoderarse de todo el apartamento".

„Það vill greinilega taka yfir alla íbúðina.“

"Esta bestia quiere hacernos dormir en la calle."

„Þessi skepna vill láta okkur sofa á götunni.“

«Mira, padre», gritó de repente, «¡se mueve otra vez!»

„Sjáðu, pabbi,“ hrópaði hún skyndilega, „hann er að hreyfa sig aftur!“

E hizo algo que ni siquiera Gregor pudo entender.
Og hún gerði eitthvað sem jafnvel Gregor gat ekki skilið.
Ella se apartó, como sacrificando a la madre.
Hún ýtti sér frá sér, eins og hún væri að fórna móðurinni.
Y ella corrió detrás de su padre buscando algún tipo de seguridad.
Og hún hljóp á eftir föður sínum til öryggis.
El padre estaba agitado únicamente porque su hija lo estaba.
Faðirinn var bara æstur vegna þess að dóttir hans var það.
Pero entonces él también se levantó y levantó los brazos sobre ella.
En þá stóð hann líka upp og lyfti örmum sínum yfir hana.
Pero Gregor no tenía intención de asustar a nadie.
En Gregor hafði ekki ætlað sér að hræða neinn.
Sobre todo no pensó en asustar a su hermana.
Hann hugsaði sérstaklega ekki um að hræða systur sína.
Él sólo estaba intentando regresar a su habitación.
Hann var bara að reyna að snúa sér aftur inn í herbergið sitt.
Pero dado que su estado estaba empeorando, incluso esto era difícil.
En í versnandi ástandi hans var jafnvel þetta erfitt.
Y ya no tenía pleno uso de todas sus piernas.
Og hann hafði ekki lengur aðgang að öllum fótunum til fulls.
Entonces usó su cabeza para levantar su cuerpo y girar.
Svo notaði hann höfuðið til að lyfta líkama sínum og snúa sér.
Hizo una pausa y miró a su alrededor esperando la aprobación de la familia.
Hann þagnaði og leit í kringum sig til að fá samþykki fjölskyldunnar.
Su buena intención parecía haber sido reconocida.
Góðvild hans virtist hafa verið viðurkennd.
Su movimiento sólo había sido un shock momentáneo para ellos.
Hreyfingar hans höfðu aðeins verið augnabliksáfall fyrir þau.
Ahora todos lo miraban en un silencio infeliz.
Nú horfðu þau öll á hann í óhamingjusömri þögn.
La madre seguía tumbada en el sillón, exhausta.

Móðirin lá enn í hægindastólnum, úrvinda.

El padre y la hermana estaban sentados uno al lado del otro.

Faðirinn og systirin sátu hvort við hliðina á öðru.

«Quizás ahora me dejen dar la vuelta», pensó Gregor.

„Kannski leyfa þeir mér að snúa við núna," hugsaði Gregor.

Y continuó haciendo su torpe movimiento de giro.

Og hann hélt áfram að gera sína vandræðalegu beygjuhreyfingu.

No podía reprimir los jadeos ocasionales de esfuerzo.

Hann gat ekki bælt niður einstaka áreynsluandstuð.

Y se vio obligado a descansar un par de veces entre uno y otro.

Og hann neyddist til að hvíla sig nokkrum sinnum á milli.

Ya nadie le obligaba a apresurarse; la decisión estaba en sus manos.

Enginn var að láta hann flýta sér núna; það var undir honum komið.

Al final completó el giro lento y doloroso.

Að lokum lauk hann hinni hægfara og sársaukafullu beygju.

Inmediatamente comenzó a caminar directamente de regreso a su habitación.

Hann byrjaði strax að ganga beint aftur inn í herbergið sitt.

Se sorprendió de lo lejos que estaba de su habitación.

Hann varð undrandi yfir því hve langt frá herberginu sínu hann var.

¿Cómo, a pesar de su debilidad, había llegado allí antes?

Hvernig, þrátt fyrir veikleika sinn, hafði hann komist þangað áður?

Había recorrido casi el mismo camino sin darse cuenta.

Hann hafði farið næstum sömu leið án þess að taka eftir því.

Ahora él sólo se concentró en gatear tan rápido como podía.

Hann einbeitti sér bara að því að skríða eins hratt og hann gat núna.

La falta de comentarios por parte de alguien no le inquietó.

Skortur á athugasemdum frá nokkrum truflaði hann ekki.

Sólo cuando ya estaba en la puerta giró la cabeza.

Það var ekki fyrr en hann var kominn inn fyrir dyrnar að hann sneri höfðinu.

Pero no pudo darse la vuelta para mirar hacia atrás por completo.

En hann gat ekki snúið sér við til að líta alveg um öxl.

Porque sintió que su cuello se ponía aún más rígido al girarse.

Því hann fann að hálsinn á sér stirðnaði enn meira þegar hann sneri sér við.

Pero vio que de todas formas nada había cambiado detrás de él.

En hann sá að ekkert hafði breyst að baki honum samt sem áður.

La única diferencia fue que su hermana se puso de pie.

Eini munurinn var sá að systir hans hafði staðið upp.

Su última mirada mostró que su madre se había quedado dormida.

Síðasta augnaráð hans sýndi að móðir hans hafði sofnað.

Tan pronto como estuvo dentro de su habitación la puerta se cerró.

Um leið og hann var kominn inn í herbergi sitt var hurðinni lokað.

Y tan pronto como la puerta se cerró, el cerrojo quedó bloqueado.

Og um leið og hurðin var lokuð var kyrrðin læst.

Gregor se asustó por el ruido inesperado que se oía detrás.

Gregor varð hræddur við óvænta hávaðann að baki.

Y sus piernas se doblaron bajo él por la repentina sorpresa.

Og fætur hans kipptust undir honum af skyndilegri undrun.

Fue la hermana quien corrió hacia la puerta detrás de él.

Það var systirin sem hafði hlaupið að dyrunum á eftir honum.

Ella ya se encontraba allí de pie, esperándolo.

Hún hafði þegar staðið þarna upprétt og beðið eftir honum.

Luego saltó hacia delante ligeramente sin que Gregor la oyera.

Hún stökk þá létt áfram án þess að Gregor heyrði.

"¡Por fin!" gritó en voz alta mientras giraba la llave.

„Loksins!" kallaði hún upphátt um leið og hún sneri lyklinum.

"¿Y ahora qué?", se preguntó Gregor, solo en la oscuridad.

„Hvað nú?" spurði Gregor sjálfan sig, einn í myrkrinu.

Pronto descubrió que ya no podía moverse en absoluto.

Hann uppgötvaði fljótlega að hann gat alls ekki lengur hreyft sig.

Pero no le sorprendió realmente su inmovilidad.

En hann var í raun ekki hissa á hreyfingarleysi sínu.

Poder moverse con piernas tan delgadas parecía ridículo.

Að geta hreyft sig á svona þunnum fótum virtist fáránlegt.

No sabía cómo había sido capaz de hacerlo.

Hann vissi ekki hvernig honum hafði nokkurn tíma tekist að gera þetta.

Pero aparte de eso se sentía relativamente cómodo.

En fyrir utan það leið honum tiltölulega vel.

Es cierto que sentía un dolor profundo en todo el cuerpo.

Það er rétt að hann fann fyrir djúpum sársauka um allan líkamann.

Pero el dolor parecía hacerse cada vez más débil.

En sársaukinn virtist vera að veikjast og veikjast.

Y sintió que el dolor eventualmente desaparecería.

Og honum fannst eins og sársaukinn myndi að lokum hverfa.

Ya casi no sentía la manzana podrida en su espalda.

Hann fann varla lengur fyrir rotna eplinu í bakinu.

Pensó en su familia con emoción y amor.

Hann hugsaði til fjölskyldu sinnar með tilfinningum og ást.

Sintió las emociones de su hermana incluso más que ella misma.

Hann fann fyrir tilfinningum systur sinnar enn meira en hún hafði gert.

Ella tenía razón en lo que había dicho: él tenía que irse.

Hún hafði rétt fyrir sér með því sem hún sagði; hann varð að fara.

Pasó algún tiempo en ese estado vacío y pacífico.

Hann eyddi um tíma í þessu tóma og friðsæla ástandi.

El reloj dio tres veces, silenciosamente, pero con firmeza.

Klukkan sló þrisvar sinnum, lágt en ákveðið.

Gregor fue sacado suavemente de sus meditaciones.

Gregor var varlega dreginn upp úr hugleiðingum sínum.

Observó cómo la luz de la mañana entraba lentamente en su habitación.

Hann horfði á morgunljósið koma hægt inn í herbergi sitt.

Entonces su cabeza se hundió por completo, sin su voluntad.

Þá sökk höfuðið alveg niður, án vilja hans.

Y su último aliento fluyó débilmente de su nariz.

Og síðasti andardráttur hans rann máttlaust úr nösum hans.

La criada entró en su habitación temprano en la mañana.

Þjónustustúlkan kom inn í herbergi sitt snemma morguns.

No encontró nada inusual durante su corta visita habitual.

Hún fann ekkert óvenjulegt í þessari venjulegu stuttu heimsókn.

Con fuerza y prisa cerró de golpe todas las puertas.

Af krafti og flýti skellti hún öllum hurðunum.

No fue posible dormir tranquilo en todo el apartamento.

Enginn friðsæll svefn var mögulegur í allri íbúðinni.

Le habían pedido que evitara hacer esto por la mañana.

Henni hafði verið beðið um að forðast að gera þetta að morgni.

Ella pensó que él yacía allí inmóvil a propósito.

Hún hélt að hann lægi þarna svona hreyfingarlaus viljandi.

Quizás quería demostrarle que estaba ofendido.

Kannski vildi hann sýna henni að hann væri móðgaður.

Ella confiaba en que él tenía todo tipo de inteligencia.

Hún treysti honum fyrir að vera alls kyns gáfur.

Ella sostenía por casualidad la escoba larga en su mano.

Hún var að halda á langa kústinum í hendinni.

Entonces, desde la puerta, intentó hacerle un poco de cosquillas a Gregor.

Svo, frá dyrunum, reyndi hún að kitla Gregor aðeins.

Ella estaba un poco molesta porque él no respondió en absoluto.

Hún varð dálítið pirruð yfir því að hann skyldi alls ekki svara.

Así que esta vez lo empujó un poco más firmemente.

Svo ýtti hún aðeins fastar við hann að þessu sinni.
Cuando él no ofreció resistencia, ella lo miró más de cerca.
Þegar hann sýndi enga mótspyrnu leit hún nánar á hann.
Pronto se dio cuenta de lo que realmente le había sucedido a Gregor.
Hún áttaði sig fljótt á því hvað hafði í raun og veru komið fyrir Gregor.
Abrió más los ojos y silbó para sí misma.
Hún opnaði augun víðar og flautaði fyrir sjálfri sér.
Pero no perdió mucho tiempo antes de abrir la puerta.
En hún eyddi ekki löngum tíma áður en hún opnaði dyrnar.
Y clamó a gran voz en la oscuridad:
Og hún kallaði hárri röddu út í myrkrið:
"Ven a echarle un vistazo, ahí está, completamente muerto."
"Komdu og skoðaðu, þarna liggur það, alveg dautt."
Los dos padres estaban sentados erguidos en el lecho conyugal.
Foreldrarnir tveir sátu uppréttir í hjúskaparrúminu sínu.
Primero tuvieron que superar el impacto del ruido.
Fyrst þurftu þau að yfirstíga höggið frá hávaðanum.
Pero poco a poco empezaron a comprender su mensaje.
En svo fóru þau hægt og rólega að skilja boðskap hennar.
El señor y la señora Samsa saltaron cada uno de su lado de la cama.
Herra og frú Samsa stukku hvort út úr sinni hliðinni á rúminu.
El señor Samsa se echó la gruesa manta sobre los hombros.
Herra Samsa breiddi þykka teppið yfir axlir sér.
Y la señora Samsa salió sin nada más que su camisón.
Og frú Samsa kom út í engu nema náttkjólnum sínum.
Y así entraron en la habitación de Gregor.
Og þannig komust þau inn í herbergi Gregors.
Mientras tanto, la puerta de la sala de estar también se había abierto.
Á sama tíma hafði einnig hurðin inn í stofuna opnast.
Grete había dormido allí desde que los inquilinos se mudaron.
Grete hafði sofið þar síðan leigjendurnir fluttu inn.

Estaba completamente vestida como si no hubiera dormido en absoluto.

Hún var fullklædd eins og hún hefði alls ekki sofið.

Su rostro pálido también parecía demostrar su falta de sueño.

Bleikt andlit hennar virtist einnig bera vitni um svefnleysi hennar.

"¿Está muerto?" preguntó la señora Samsa, mirando a la criada.

„Er hann dáinn?" spurði frú Samsa og horfði á vinnukonuna.

Ella podría haberlo confirmado mirándolo ella misma.

Hún hefði getað staðfest þetta með því að skoða hann sjálf.

"Creo que sí", dijo la criada cogiendo la escoba.

„Ég held það," sagði vinnukonan og tók upp kústinn.

Y ella empujó su cuerpo muy lejos por el suelo.

Og hún ýtti líkama hans langt yfir gólfið.

La señora Samsa hizo un movimiento como si quisiera detenerla.

Frú Samsa hreyfði sig eins og hún vildi stöðva hana.

Pero al final dejó que la criada llevara a Gregor de un lado a otro.

En að lokum lét hún vinnukonuna renna Gregor um.

—Bueno —dijo el señor Samsa—, por fin podemos dar gracias a Dios.

„Jæja," sagði herra Samsa, „loksins getum við þakkað Guði."

Hizo la señal de la cruz; cabeza, pecho, hombros.

Hann gerði krossmarkið; höfuð, bringa, axlir.

Y las tres mujeres siguieron su ejemplo religioso.

Og konurnar þrjár fylgdu trúarlegu fordæmi hans.

Grete, que no apartaba la vista del cadáver, dijo:

Grete, sem tók ekki augun af líkinu, sagði;

"Mira qué delgado estaba, hacía tanto tiempo que no comía."

„Sjáðu hvað hann var grannur, hann hefur ekki borðað svo lengi."

"La comida que le dejaba cada mañana siempre estaba intacta."

„Maturinn sem ég skildi eftir handa honum á hverjum morgni
var alltaf ósnert.“
**De hecho, el cuerpo de Gregor estaba completamente plano
y seco.**
Reyndar var líkami Gregors alveg flatur og þurr.
Esto era más visible ahora que estaba en el suelo.
Þetta var sýnilegra núna þegar hann var kominn á jörðina.
Porque su cuerpo ya no era levantado por sus piernas.
Vegna þess að líkama hans var ekki lengur lyft upp með
fótunum.
Y porque no había nada más que distrajera la vista.
Og vegna þess að ekkert annað truflaði útsýnið.
—Ven un rato con nosotros, Grete —dijo la señora Samsa.
„Komdu inn með okkur andartak, Grete,“ sagði frú Samsa.
Había una sonrisa dolorosa en sus labios mientras hablaba.
Það var sársaukafullt bros á vörum hennar þegar hún talaði.
Grete los siguió, pero también miró hacia el cadáver.
Grete fylgdi þeim á eftir en leit líka um öxl á líkið.
La criada cerró la puerta y abrió completamente la ventana.
Vinnukonan lokaði dyrunum og opnaði gluggann alveg.
**Todavía era temprano, por lo que normalmente el aire
estaría frío.**
Það var enn snemma, svo loftið var venjulega kalt.
Pero también había una mezcla de calidez en el aire frío.
En það var líka blanda af hlýju í köldu loftinu.
Como un suave recordatorio de que ya era finales de marzo.
Eins og mjúk áminning um að nú væri komið lok
marsmánaðar.
Los tres inquilinos ahora también salieron de su habitación.
Leigjendurnir þrír stigu nú einnig út úr herbergi sínu.
**Miraron a su alrededor con asombro en busca de su
desayuno.**
Þau litu undrandi í kringum sig eftir morgunverðinum.
El desayuno fue olvidado por lo que encontró la criada.
Morgunverðurinn gleymdist vegna þess sem vinnukonan
fann.
"¿Dónde está el desayuno?" se quejó el caballero del medio.

„Hvar er morgunmaturinn?" möglaði miðherrann.
La criada se llevó el dedo a la boca para ordenar silencio.
Vinnukonan setti fingurinn að munninum til að skipa þögn.
Y ella rápidamente y en silencio saludó a los caballeros.
Og hún veifaði í flýti og hljóðlega til herranna.
La criada acompañó a los tres caballeros a la habitación.
Þjónninn leiddi þrjá herramenn inn í herbergið.
Y continuó explicándoles lo que había sucedido.
Og hún hélt áfram að útskýra fyrir þeim hvað hafði gerst.
Y los tres caballeros estaban alrededor del cadáver de Gregor.
Og herrarnir þrír stóðu umhverfis lík Gregors.
Con las manos en los bolsillos miraron hacia abajo.
Með hendurnar í vösunum horfðu þau niður.
La luz de la mañana ahora había inundado completamente la habitación.
Morgunljósið hafði nú fyllt herbergið að fullu.
Entonces se abrió la puerta del dormitorio y apareció el señor Samsa.
Þá opnaðist svefnherbergishurðin og herra Samsa birtist.
A un lado estaba su esposa y al otro su hija.
Öðru megin var kona hans og hinu megin dóttir hans.
Para entonces el señor Samsa ya llevaba puesto su uniforme.
Herra Samsa var nú þegar í einkennisbúningi sínum.
Se podía ver que todos habían estado llorando un poco.
Maður gat séð að þau höfðu öll verið að gráta aðeins.
Grete presionó su cara contra el brazo de su padre.
Grete þrýsti andlitinu að handlegg föður síns.
"¡Sal de mi apartamento inmediatamente!" ordenó el señor Samsa.
„Farið úr íbúðinni minni tafarlaust!" skipaði herra Samsa.
Y señaló la puerta sin dejar salir a las mujeres.
Og hann benti á dyrnar án þess að sleppa konunum.
"¿Qué quieres decir?" preguntó el intermediario desconcertado.
„Hvað meinarðu?" spurði miðmaðurinn, undrandi.

Y él hizo lo mejor que pudo para sonreír dulcemente al
señor Samsa.

Og hann gerði sitt besta til að brosa blíðlega til herra Samsa.

Los otros dos llevaban las manos tras la espalda.

Hinir tveir héldu höndunum fyrir aftan bak.

Y se frotaron las manos con anticipación.

Og þau nudduðu höndunum saman í eftirvæntingu.

Parecía que esperaban que se produjera una fuerte pelea.

Þau virtust búast við háværum rifrildi.

Pero ellos parecían estar contentos con la discusión que se
avecinaba.

En þau virtust vera ánægð með komandi rifrildi.

Creían que la disputa sería a su favor.

Þeir töldu að deilan myndi falla þeim í hag.

"Quiero decir exactamente lo que acabo de decir", respondió
el señor Samsa.

„Ég meina nákvæmlega það sem ég sagði," svaraði herra
Samsa.

Caminó en línea recta con sus dos compañeros.

Hann gekk í beinni röð með tveimur félögum sínum.

Y el señor Samsa se dirigió directamente a su caballero
principal.

Og herra Samsa nálgaðist beint leiðtoga þeirra.

El caballero primero se quedó quieto, mirando al suelo.

Herramaðurinn stóð fyrst kyrr og horfði til jarðar.

El contenido de su cabeza todavía estaba ordenándose.

Innihald höfuðs hans var enn að raða sér.

—Está bien, nos vamos —dijo y miró al señor Samsa.

„Fínt, við förum," sagði hann og leit upp til herra Samsa.

Una nueva humildad pareció apoderarse de él de repente.

Ný auðmýkt virtist skyndilega hafa gripið hann.

Y parecía estar pidiendo permiso para esta decisión.

Og hann virtist vera að biðja um leyfi fyrir þessari ákvörðun.

El señor Samsa abrió mucho los ojos y asintió un poco.

Herra Samsa opnaði augun á gátt og kinkaði kolli lítillega.

Los caballeros obedecieron inmediatamente su orden.

Herrarnir hlýddu skipun hans þegar í stað.

Y efectivamente dieron largos pasos por el pasillo.

Og þau gengu reyndar löng skref inn í ganginn.

Sus amigos ya habían dejado de frotarse las manos.

Vinir hans voru þegar hættir að nudda sér í höndunum.

Habían estado escuchando cómo iba la conversación.

Þau höfðu verið að hlusta á hvernig samtalið gengi.

Y ahora corrían tras él, como si tuvieran miedo.

Og nú hlupu þau á eftir honum, eins og þau væru hrædd.

El señor Samsa aún podría aislarlos de su líder.

Herra Samsa gæti samt einangrað þá frá leiðtoga sínum.

Sacaron sus palos del contenedor.

Þau drógu prikin sín upp úr prikaílátinu.

Y se inclinaron en silencio antes de salir del apartamento.

Og þau hneigðu sig þegjandi áður en þau yfirgáfu íbúðina.

El señor Samsa y las dos mujeres salieron del patio delantero.

Herra Samsa og konurnar tvær stigu út úr forgarðinum.

Pero en realidad no tenían motivos para desconfiar de los hombres.

En í raun höfðu þeir enga ástæðu til að vantreysta mönnunum.

Se apoyaron en la barandilla para comprobar si se habían ido.

Þau hölluðu sér upp að handriðið til að athuga hvort þau væru farin.

Los tres caballeros efectivamente estaban bajando las escaleras.

Herrarnir þrír voru vissulega að fara niður stigann.

En un determinado recodo de la escalera desaparecieron.

Í ákveðinni beygju á stiganum hurfu þau.

Y entonces la escalera los trajo de nuevo a la vista.

Og svo færði stiginn þau aftur í sjónmáli.

Esta aparición y desaparición se repite en cada piso.

Þetta birtist og hvarf endurtók sig á hverri hæð.

Pero al final casi habían llegado al fondo.

En að lokum voru þeir næstum komnir niður á botninn.

Cuanto más avanzaban, más aburridos parecían.

Því lengra sem þeir fóru, því óáhugaverðari voru þeir.

Todos regresaron a casa, como si se sintieran aliviados.

Allir sneru aftur heim, eins og þeir hefðu verið léttir.

Decidieron aprovechar el día para descansar y salir a pasear.

Þau ákváðu að nota daginn til að hvíla sig og fara í göngutúr.

Sentían que merecían este descanso de su trabajo.

Þeim fannst þau eiga skilið þetta hlé frá vinnunni.

No sólo merecían este descanso, sino que lo necesitaban.

Þau áttu ekki bara skilið þessa pásu, þau þurftu á henni að halda.

Se sentaron a la mesa para escribir cartas de disculpas.

Þau settust niður við borðið til að skrifa afsökunarbréf.

El señor Samsa escribió una carta de disculpas a su dirección.

Herra Samsa skrifaði stjórnendum sínum afsökunarbréf.

La señora Samsa escribió su carta de disculpas a sus clientes.

Frú Samsa skrifaði skjólstæðingum sínum afsökunarbréf.

Y Grete escribió su carta de disculpa a su director.

Og Grete skrifaði skólastjóranum afsökunarbréf sitt.

Mientras todos escribían, la criada llegó a la habitación.

Meðan þau voru öll að skrifa kom vinnukonan inn í herbergið.

Su trabajo de la mañana había terminado, por lo que se dirigía a casa.

Morgunverkinu var lokið, svo hún ætlaði heim.

Los tres escritores asintieron al principio, sin levantar la vista.

Rithöfundarnir þrír kinkuðu fyrst kolli án þess að líta upp.

Pero la criada no parecía querer irse todavía.

En vinnukonan virtist ekki vilja fara alveg strax.

Esperó un poco, hasta que los tres escritores levantaron la vista.

Hún beið aðeins, þar til rithöfundarnir þrír litu upp.

"¿Y bien?" preguntó el señor Samsa, enojado como los demás.

„Jæja?" spurði herra Samsa, reiður, eins og hinir.

La criada estaba parada en la puerta con una sonrisa en su rostro.

Þjónustustúlkan stóð í dyrunum með bros á vör.

Dio la impresión de tener buenas noticias que informar.

Hún gaf þá mynd að hún hefði góðar fréttir að færa.

Pero ella no iba a compartir la noticia a menos que se lo pidieran.

En hún ætlaði ekki að segja frá fréttunum nema hún væri beðin um það.

La pluma de avestruz erguida sobre su sombrero se balanceaba ligeramente.

Upprétta strútsfjaðurinn á hattinum hennar sveiflaðist lítillega.

Aquella pluma de avestruz siempre había molestado al señor Samsa.

Þessi strútsfjöður hafði alltaf pirrað herra Samsa.

—Entonces, ¿qué quieres? —preguntó la señora Samsa con firmeza.

„Svo, hvað viltu þá?" spurði frú Samsa ákveðin.

La criada todavía tenía mucho respeto por la señora Samsa.

Vinnukonan bar enn mikla virðingu fyrir frú Samsu.

"Sí", respondió ella y soltó una carcajada amistosa.

„Já," svaraði hún og brast í vingjarnlegan hlátur.

Por un momento su risa le impidió hablar.

Um stund stöðvaði hláturinn hana í að tala.

"No tienes que preocuparte por esa cosa de al lado".

„Þú þarft ekki að hafa áhyggjur af þessu hérna við hliðina."

"Ya he decidido cómo nos desharemos de él".

„Ég er búinn að ákveða hvernig við losnum við þetta."

La señora Samsa y Grete continuaron escribiendo sus cartas.

Frú Samsa og Grete héldu áfram að skrifa bréfin sín.

Pero el señor Samsa se dio cuenta de que la criada aún no había terminado.

En herra Samsa tók eftir því að vinnukonan var ekki búin enn.

Ahora quería describir todo con más detalle.

Nú vildi hún lýsa öllu nánar.

Pero él extendió su mano para rechazar sus esfuerzos.

En hann rétti út höndina til að hafna tilraunum hennar.

Se dio cuenta de que no estaban interesados en sus planes.

Hún áttaði sig á því að þau höfðu engan áhuga á áformum
hennar.
Y entonces recordó la gran prisa en la que había estado.
Og þá mundi hún eftir þeim mikla flýti sem hún hafði verið í.
"Ciao entonces", dijo ella, insultada por la falta de interés.
„Jæja þá,“ sagði hún, móðguð yfir áhugaleysinu.
**Pero antes de irse cerró la puerta de un golpe terriblemente
fuerte.**
En áður en hún fór skellti hún hurðinni hræðilega fast.
"La despedirán esta noche", dijo el señor Samsa.
„Hún verður rekin í kvöld,“ sagði herra Samsa.
**Pero su esposa y su hija estaban demasiado ocupadas para
responderle.**
En kona hans og dóttir voru of upptekin til að svara honum.
Porque la criada había perturbado la paz recién adquirida.
Vegna þess að vinnukonan hafði raskað nýfengnum friði
þeirra.
La madre y la hija se levantaron para ir a la ventana.
Móðirin og dóttirin stóðu upp til að ganga að glugganum.
Y abrazados se quedaron allí.
Og með faðminn hvort um annað dvöldu þau þar.
El señor Samsa se giró en su silla para mirarlos.
Herra Samsa sneri sér við í stólnum sínum til að horfa á þau.
**Y por un rato los observó en silencio mientras estaban allí de
pie.**
Og um stund horfði hann hljóðlega á þau standa þar.
Finalmente les gritó: "¿Queréis venir a mí?"
Loksins kallaði hann til þeirra: „Viltu koma til mín?“
"Olvidémonos de todas esas cosas viejas, ¿de acuerdo?"
„Við skulum gleyma öllu þessu gamla dóti, er það ekki?“
"Ven a mí y dame un poco de tu atención."
"Komdu til mín og gefðu mér smá athygli þína."
**Las dos mujeres hicieron lo que él les dijo y corrieron hacia
él.**
Konurnar tvær gerðu eins og hann sagði og hlupu til hans.
Le dieron un abrazo cariñoso y le besaron.
Þau faðmuðu hann hlýlega og kysstu hann.

Regresaron rápidamente para terminar de escribir sus cartas.
Þau sneru fljótt aftur til að klára að skrifa bréfin sín.
Luego los tres abandonaron el apartamento juntos.
Síðan yfirgáfu þau þrjú íbúðina saman.
No habían salido juntos de casa desde hacía meses.
Þau höfðu ekki farið út úr húsi saman í marga mánuði.
Y tomaron el tranvía hasta las afueras de la ciudad.
Og þau tóku sporvagninn út í úthverfi borgarinnar.
Tenían todo el vagón del tranvía para ellos solos.
Þau höfðu allan sporvagninn út af fyrir sig.
La luz del sol entraba a raudales por la ventana desde el exterior.
Sólskinið streymdi inn um gluggann að utan.
La familia se reclinó cómodamente en sus asientos.
Fjölskyldan hallaði sér þægilega aftur í sætunum sínum.
Y discutieron las perspectivas para su futuro.
Og þau ræddu um framtíðarhorfur sínar.
Al examinarlos más de cerca, sus perspectivas no eran malas.
Við nánari skoðun voru horfur þeirra ekki slæmar.
Los tres tenían trabajos con potencial para ganar más.
Öll þrjú höfðu störf sem gátu gefið þeim meiri möguleika á að afla sér meiri tekna.
Nunca se habían preguntado sobre su trabajo.
Þau höfðu aldrei spurt hvort annað um vinnuna sína.
Pero ahora finalmente tenían tiempo para discutir esas cosas.
En nú höfðu þau loksins tíma til að ræða slíka hluti.
También tenían la opción de mudarse a un apartamento más pequeño.
Þau höfðu einnig möguleika á að flytja í minni íbúð.
Esto tendría el mayor impacto en sus vidas.
Þetta hefði mest áhrif á líf þeirra.
Su apartamento actual había sido elegido por Gregor.
Gregor hafði valið núverandi íbúð þeirra.
Pero ahora podrían mudarse a algún lugar más asequible.
En nú gætu þau flutt einhvers staðar sem er hagkvæmara.
Un apartamento más pequeño, pero en un lugar más práctico.
práctico.

Minni íbúð, en samt hagnýtari.

Hablar sobre el futuro hizo que Grete se sintiera nuevamente más animada.

Að tala um framtíðina gerði Grete líflegri á ný.

El señor y la señora Samsa también notaron otros cambios en ella.

Herra og frú Samsa tóku líka eftir öðrum breytingum á henni.

Sus mejillas se habían vuelto pálidas por todas sus preocupaciones.

Kinnar hennar voru orðnar fölar af öllum áhyggjunum.

Pero ahora su hija se estaba convirtiendo en una bella dama.

En nú var dóttir þeirra að blómstra og verða að glæsilegri konu.

Ahora ella realmente era una joven bien formada y hermosa.

Hún var nú sannarlega vel byggð og glæsileg ung kona.

Sus padres guardaron silencio y admiraron a su hija.

Foreldrar hennar þögnuðu og dáðust að dóttur sinni.

Se miraron el uno al otro comunicándose inconscientemente.

Þau litu hvort á annað og ræddu ómeðvitað saman.

"Pronto llegará el momento de encontrar un buen hombre para ella."

„Það verður brátt kominn tími til að finna góðan mann handa henni."

El tranvía había llegado a su destino y redujo la velocidad.

Sporvagninn var kominn á áfangastað og hægði á sér.

Su hija pareció confirmar sus nuevos sueños.

Dóttir þeirra virtist staðfesta nýju drauma þeirra.

Ella fue la primera en levantarse y estirar su joven cuerpo.

Hún var fyrst til að standa upp og teygja unga líkama sinn.